அனைத்து உலகங்களையும் கடந்து

நம் காரிருளில் இயேசு

அனைத்து உலகங்களையும் கடந்து

நம் காரிருளில் இயேசு

பேராசிரியர் ஜேம்ஸ் பி. டோரன்ஸ் அவர்களை கனப்படுத்தும் விதமாக
ஒப்புரவாக்குதலைப் பற்றிய ஓர் கட்டுரை

சி. பேக்ஸ்டர் க்ருகர், Ph.D

பெரிகோரேசிஸ் பிரஸ்
ஜாக்சன், மிசிசிப்பி

ஜே.பி. அவர்களுக்கு

நன்றியுணர்வுடன்

சமர்ப்பிக்கப்படுகிறது

அனைத்து உலகங்களையும் கடந்து: நம் காரிருளில் இயேசு

ISBN: 978-1-960761-52-1

சி. பாக்ஸ்டர் க்ரூகர் அவர்களால் எழுதப்பட்டது

© சி. பாக்ஸ்டர் ஃக்ரூகர், 2024, **Ph.D.** 2024

பெரிகோரேசிஸ் பிரஸ்சினால் அச்சடிக்கப்பட்டது

போ.ஆ பாக்ஸ் 98157

ஜாக்சன், மிசிசிப்பி 39298, அமெரிக்கா

ஆசிரியரைப் பற்றி

பாக்ஸ்டர் அவர்கள் பெத்தை திருமணம் செய்து 42 ஆண்டுகள் ஆகிறது. அவர்களுக்கு நான்கு குழந்தைகள் மற்றும் ஆறு பேரக்குழந்தைகள் உள்ளனர்.மிசிசிப்பியில் உள்ள பிராண்டனில் வசிக்கின்றனர். ஸ்காட்லாந்தில் அபெர்டீன் பல்கலைக்கழகத்தின் கிங்ஸ் கல்லூரியில் ,பேராசிரியர் ஜேம்ஸின் .பி. டோரன்ஸ் அவரின் கீழ் முனைவர் பட்டம் பெற்றவர் . டாக்டர். க்ரூகர் 10 புத்தகங்களை எழுதியவர், இதில் சர்வதேச அளவில் அதிகம் விற்பனையான புத்தகங்கள் - தி ஷேக் ரீவிசிட்டட், பாட்மோஸ் மற்றும் அவரது ஆரம்பகால சிறிய புத்தகம், தி பேரபிள் ஆஃப் தி டான்சிங் காட் மற்றும், ஏராளமான கட்டுரைகள், நூற்றுக்கணக்கான மணிநேரம் கற்பித்தல் மற்றும் பல்வேறு ஆன்லைன் ஆய்வுகள் ஆகியவை அடங்கும். - அனைத்தும் www.perichoresis.org இல் கிடைக்கும். டாக்டர் க்ரூகர் 30 ஆண்டுகளாக உலகம் முழுவதும் பயணம் செய்து, பிதாவோடுள்ள உள்ள உறவைப் பற்றியும், இயேசுவோடு நாம் இணைக்கப்பற்றிருக்கிறோம் என்கிற நற்செய்தியையும் அறிவித்து வருகிறார். அவர் மீன் சமைப்பது, தூண்டிலை தானே தன் கையால் செய்து மீன் பிடிப்பது, கோல்ஃப் விளையாடுவது மற்றும் தனது பேரக்குழந்தைகளுடன் நேரத்தை செலவிடுவதை விரும்புவார்.

அட்டை வடிவமைப்பு : டாம் கரல், தென் ஆஸ்திரேலியா

வடிவமைப்பு : கிறிஸ்டோபர், சென்னை

மொழிபெயர்ப்பு : ஜோயல், சென்னை

சான்றுபார்த்தல்: சோபியா ஜெபக்குமார், ஆலிவ், பிரிசில்லா & கிறிஸ்டோபர், சென்னை

அனைத்து உலகங்களையும் கடந்து

அனைத்து உலகங்களையும் கடந்து
அவர் நமக்காய் வந்தார்
பிதாவின் வாஞ்சை தம்மில் எரிய

அறியப்படாத பெலத்தோடு
ஆவியின் அக்கினியில்
நம்மை மறுசீராக்க போராடினார்

என்னே அன்பு, என்னே அக்கறை
என்னே அச்சமில்லா சந்தோஷம்
இரவில் நம்மைக் கண்டடைந்தது

அவர் அறிந்ததைப் போன்று
நாமும் அறிவதற்கு வந்த
நித்திய ஒளி

விழித்தெழு, என் பிள்ளையே
உன் பயம் தளர்த்திடு
நீ எதற்கு ஏங்கினாயோ அதற்கு நம்பிக்கை இருக்கிறது

இரவு பகலாயிற்று
குமாரன் வந்தார்
பிதாவின் இருதயம் வலிமையானது.

- சி.பாக்ஸ்டர் க்ரூகர் , 2003

பொருளடக்கம்

பேராசிரியர் ஆலன் டோரன்ஸ் அவர்களின் குறிப்பு

15 நவம்பர் 2003, அன்று சனிக்கிழமை மதியம், என் மூத்த மகன், ஆண்ட்ரூ, எடின்பர்க்கிலிலுள்ள தனது தாத்தா பாட்டியைப் பார்க்க வேண்டுமென்று திடீரென தீர்மானித்தான். அவனைக் கண்ட என் தகப்பன் (இப்புத்தகம் அவர் நினைவாகவே எழுதப்பட்டுள்ளது) மிகவும் பரவசமானார். அவனை வாசலில் அரவணைத்து, தன் வீட்டினுள் அழைத்துச் சென்றார் - அவர் தனது இல்லத்தை எந்தவித பாகுபாடுமின்றி அனைவரையும் வரவேற்கும் இல்லமாக அமைத்து வைத்திருந்தார். அத்தருணத்தில் அவர், ஆண்ட்ரூவை அமர வைத்து தான் வாழ்ந்து வந்த, மற்றும் தன்னை உற்சாகப்படுத்தி உந்தித்தள்ளிய இறையியல் நம்பிக்கைகளை அவனோடு பகிர்ந்துக் கொண்டார். கிறிஸ்துவுக்குள் நாம் ஏற்கனவே அரவணைக்கப்பட்டு ஏற்றுக்கொள்ளப்பட்டு, நாம் கேட்பதற்கு முன்பாகவே மன்னிக்கப்பட்டும் உள்ளோம் என்பதை நாம் கண்டறிவதினால் நிபந்தனைகளின்றி ஒருவரிலொருவர் அன்பு கூறவும் மன்னிக்கவும் விடுதலையாக்கப்பட்டிருக்கிறோம் என்பதே நம்மைக் குறித்த தேவ நோக்கம் - இந்த தேவ கிருபையின் நற்செய்திதான் என் தந்தையை உள்ளேயும் வெளியேயும் உருமாற்றி விடுதலையாக்கியது. ஆனால், திடீரென எதிர்பாராத விதமாக என் தந்தையின் உடல்நிலை சரியில்லாமல் போனதால் ஏறத்தாழ ஒரு மணி நேரம் தொடர்ந்த இந்த உரையாடல் சடுதியாக முடிவுற்றது. அவர் ஓய்வெடுக்கும்படி படுத்துக் கொள்வதற்காக மேல்மாடியில் உள்ள தன் அறைக்கு செல்லும் முன், அவர் ஆண்ட்ரூவுக்கு பேக்ஸ்டர் க்ரூகர் அவர்கள் எழுதிய ***Jesus and the undoing of Adam*** என்ற புத்தகத்தை அன்பளிப்பாகக் கொடுத்து அதை வாசிக்கும்படி வலியுறுத்தினார். அவர் படியேறி செல்லும் பொழுது, அவர் அச்சமயத்தில் ஆண்ட்ரூவோடு செய்த உரையாடலைக் குறித்து, என் தாயாரோடு மிகவும் உற்சாகமாகச் சொல்லிக் கொண்டு போனார். ஒரு மணி நேரம் கழித்து, அவர் தனது பரமதகப்பனின் அரவணைப்பை முழுமையாய் தழுவினார். அன்று மாலை நான் அங்கு சென்றடைந்தபோது ஆண்ட்ரூ அந்த இழப்பை எண்ணி உறைந்துபோயிருந்ததைப் பார்த்தேன். தன் தாத்தாவிடமிருந்து பெற்ற இறுதி அன்பளிப்பான அப்புத்தகம் அவன் கைகளில் இருந்ததையும் நான் கவனித்தேன்.

பேக்ஸ்டர் க்ரூகர் அவர்களின் எழுத்து மற்றும் வேலையைப் பற்றி என் தகப்பன் கொண்டிருந்த பேரார்வத்தை மிகைப்படுத்துவதென்பது கூடாதக் காரியம். அது அவருக்குச் சொல்லி முடியா ஆனந்தத்தைக் கொடுத்தது. அவர் தொடர்ந்து பெரிகோரஸிஸ் அச்சகத்தைப் பற்றி பேசிக்கொண்டே இருப்பார். அடிமைத்தனத்திலிருந்து விடுதலை நம்முடையது மற்றும் நாம் எவ்வாறு விடுதலையாக்கப்பட்ட ஜனமாய் வாழ வேண்டும் என்பதை பற்றிய நம் தேவனுடைய உடன்படிக்கையின் உறுதியான நற்செய்தியை நாம்

அடுத்த தலைமுறைக்கு கொடுக்க வேண்டும் என்பதே என் தந்தை எனக்கு அடிக்கடி மேற்கோள் காட்டும் வசனமாகும். அது மிகவும் பரீட்சயமான உபாகமம் (அதிகாரம் 11): "நீங்கள் என் வார்த்தைகளை உங்கள் பிள்ளைகளுக்கு உபதேசித்து, நீங்கள் வீட்டில் உட்கார்ந்திருக்கிறபோதும், வழியிலே நடக்கிறபோதும், படுத்துக்கொள்ளுகிறபோதும், எழுந்திருக்கிறபோதும் அவைகளைக் குறித்துப் பேசுவீர்களாக. அவைகளை உங்கள் வீட்டு நிலைகளிலும் உங்கள் வாசல்களிலும் எழுதுவீர்களாக."

என் தந்தை அந்த இறுதியான மதிய நேரத்தில் இவைகளை வாழ்ந்துக் காட்டினார். அதுமட்டுமல்ல, விடுவித்து மறுரூபமாக்கும் இந்த சுவிசேஷத்தை, கற்பனைத்திறனுடன், மிகவும் ஆழமான தாக்கத்தை ஏற்படுத்தும் வகையில் நம் தலைமுறைக்குக் கொண்டு சென்ற பேக்ஸ்டர் க்ரூகரின் புத்தகங்களால் அவருக்கு கிடைத்த பேரானந்தம் மிகவும் அதிகம்.

அனைத்து உலகங்களையும் கடந்து என்ற இந்தப் புத்தகம், பேக்ஸ்டர் க்ரூகரின் மற்ற பெரிகோரஸிசின் வெளியீடுகளைப் போன்றே, நான் எங்கு சென்றாலும் பரிந்துரைக்கும் ஓர் அருமையான படைப்பு.

பேராசிரியர் ஆலன் ஜே. டோரன்ஸ்
முறைப்படுத்தப்பட்ட இறையியல் துறையின் தலைவர்
தூய மேரிஸ் கல்லூரி, ஆண்ட்ரூஸ் பல்கலைக்கழகம்
ஸ்காட்லாந்து

மதிப்புரை

நான் ஒரு குடும்ப மருத்துவராய்ப் பணியாற்றுவதால், அனைத்து நிறங்கள், நம்பிக்கைகள் மற்றும் அனைத்துத் தரப்பினரையும் அனுதினமும் சந்திக்க நேரிடும். சில தருணங்களில் நாங்கள் அவர்களுடைய உள்ளான உலகத்தையும் காண நேரிடுகிறது. இவ்வாறு மற்றவர்கள் தங்கள் இருதயத்தைத் திறந்து காட்டும்போது, உலகளாவிய அளவில் மனிதனுடைய உள்ளான மனதில் ஏற்படும் பாதிப்பினால் காயப்பட்டிருப்பார்கள். அதில் கண்டறியப்பட்ட தலையாய உணர்ச்சிகள் - பயம், நிராகரிப்பு, குற்ற உணர்வு, அதிர்ச்சி மற்றும் அவைகளால் உண்டான பல்வேறு விதமான வெட்கம்; இவைகள் பல அடுக்கு தற்காப்பு முறைகளால் மூடிமறைக்கப்பட்டிருக்கும். இந்த உணர்ச்சி குவியல்கள் நெய்யப்பட்ட நூலிழைகளைப் போன்று நம்மில் பின்னிப்பிணைந்து நம் வாழ்வின் செயல்களிலும் விளைவுகளிலும் வெளிப்படுகின்றன.

இப்படிப்பட்ட வலியோடு வாழ்வை நகர்த்திக்கொண்டிருக்கும், சராசரியான ஒரு துன்பப்படும் மனிதனுக்குச் சொல்வதற்கென்று சுவிசேஷத்தில் ஏதேனும் தீர்வு உண்டா? இயேசு கிறிஸ்து என்பவர் வெறும் நம் எண்ணங்களில் எழுந்த உருவகமா?, நரகத்தை தவிர்க்க ஜனங்களுக்கு கிடைத்த ஓர் நம்பிக்கையளிக்கும் உபதேசமா?

சுகம் என்றால் என்ன? இரட்சிப்பு என்றால் என்ன? யார் நம்முடைய இரட்சிப்பு? அவர் நம்மை எவ்வாறு சுகமாக்குகிறார்?

இயேசு, மனிதனில் இருக்கும் ஆழ்மனதின் காயங்களோடு பேசி அவனை சுகமாக்குகிறார்; அவருடைய திரித்துவ தேவனின் சுவிசேஷமும் பேசி அவனை சுகமாக்குகிறது.

ஆதித்திருச்சபையின் மாபெரும் தந்தைகளுள் ஒருவரான, தூய. கிரகோரி நாசியான்சஸ் அவர்கள், “வெளியரங்கமாக்கப்படாதது சுகமாக்கப்படாதது” என்று வாதிட்டார். இருளின் எந்தப் பகுதியிலும் அல்லது விழுந்துபோன மனித குலத்தின் வலியிலும் இயேசு நுழையவில்லை என்றால், கிறிஸ்து தமது ஜீவனையும் தன் பிதாவோடுள்ள உறவையும் நமக்குக் கொடுத்து, நமது அந்தகாரத்தைத் தமக்குள் எடுத்துக்கொள்ளும் மாபெரும் சுகமாக்கும் பரிமாற்றத்தில் பங்கெடுத்திருக்காது என்பதை அவர் தெளிவுபடுத்தினார். இயேசுவின் சிலுவை அனுபவத்தில்தான் நம் சுகம் அரங்கேறியது. அவரே நம் சுகமும் இரட்சிப்புமாயிருக்கிறார். சுகமும் இரட்சிப்பும் ஒன்றாயிருக்கிறது.

மற்றவர்களுக்கிடையில், இவைகளைப்பற்றி, வீ.ய். டோரன்ஸ் அவர்கள் **The Mediation of Christ** என்ற தனது புத்தகத்திலும், மற்றும் ஸீ. பேக்ஸ்டர் க்ரூகர் அவர்கள், **Jesus and the undoing of Adam** என்ற தனது புத்தகத்திலும் எழுதியுள்ளனர்.

நம் விழுந்து போன மனிதத்தைக் கிறிஸ்து தன்மீது எடுத்துக்கொண்டு சுகமாக்குகிறார் என்பது அநேகரது சந்தோஷத்தின் ஆதாரமாயுள்ளது. ஆனால் இது அறிவாற்றல்

மிக்க கருத்தாக மட்டுமில்லாமல் நம்முடைய உடைக்கப்பட்ட நிலையில் நமக்குக் கொடுப்பதற்கென்று இதில் ஏதேனுமுண்டா? இது வெறும் உபதேசமா? உபதேசத்திலும் மேலானதா? பண்டைய சிந்தனைக்கேற்ப, முனைவர் க்ரூகர் அவர்கள், அனைத்து உலகங்களையும் கடந்து என்ற இப்புத்தகத்தை நிச்சயத்தோடு துவங்கிச் சுகத்தைக் கட்டவிழ்க்கிறார்.

நமக்குள்ளே காணப்படும் நம்முடைய தற்காப்புக் கவசங்களின் அடுக்குகளுக்கு பின்னால், நமது இருதயத்தின் ஆழமான பகுதிகளிலிருந்து, தீயிலிருந்து புகைக் கிளம்புவதைப் போன்று நம் ஆழ்மனதிலிருந்தும், மறைக்கப்பட்ட முறிவுகளிலிருந்தும் வலி எழும்புகிறது. இந்த பகுதிகளில் ஏதோ ஒரு விதத்தில் நம்மை நாமே இன்னும் “ஏற்றுக்கொள்ளப்படாதவர்களாகவே” பார்த்து, நம்புகிறோம். இந்நிலையில், நமக்கு நாமே உதவி செய்வது என்பது இயலாதக் காரியமாகிவிடுகிறது. தேவனைக் குறித்த நமது சொந்தக் கண்ணோட்டத்தில் சிக்கிக் கொண்டு பிதாவின் ஏற்றுக்கொள்ளுதலைப் பார்க்க முடியாத குருடர்களாகிறோம்.

இப்படிப்பட்ட இந்த ஆழமான காரிருளில், நிர்கதியான உதவியற்ற நிலையில் இயேசு கிறிஸ்துவால் நாம் சந்திக்கப்படுகிறோம். அவரே பிதாவை நன்கு அறிந்தவர். அவர் நம்மைவிட்டு வெகுத் தூரத்திலில்லை. இயேசு நம்முடைய எல்லாவற்றின் மையத்தில் மட்டுமல்ல, எல்லாவற்றிற்கும் அப்பாற்பட்டவராகவும் இருக்கிறார். நமது ஆழத்தில் அவர் இருப்பதால், நம்மை நாமே சுகமாக்க எடுக்கும் முயற்சிகள் மற்றும் நமது தற்காப்பு கவசங்களைக் கடந்து, தமது பிதாவைப் பற்றி அவர் அறிந்தவைகளை நம்மோடு பகிர்ந்துக்கொள்ள அவரால் முடிகிறது. நம் அந்தகார இருளில் தம்முடைய பிதாவைக் குறித்த தனது சிறந்த அறிவோடு நம்மைச் சந்திக்க இயேசுவுக்கு இருந்த சுதந்திரமே இப்புத்தகத்தின் இதய துடிப்பாகும்.

இயேசு ஒரு உபதேசமல்ல. மாறாக, தன் பிதாவை அறிந்த ஓர் நபர். இந்த திரித்து-அவதாரத்தைப் பற்றியப் புரிதல்/வெளிப்பாடு வெறும் உபதேசமாகுமானால் அது மிகப்பெரிய விபத்தாகிவிடும். அச்சிதைவு நம்மை தனித்துவிடப்பட்டவர்களாகவும் மற்றுமோர் வெறுமையான இறையியல் போக்கை உடையவர்களாகவும் மாற்றிவிடும்.

ஒருவர் காதல் பாடல்களையும் கவிதைகளையும் அல்லது அத்தலைப்பிலான கட்டுரைகளையும் வெறுமனே எழுதுவதில்லை. மக்கள் அன்பு கூர்வதிலும் அன்பு கூறப்படுவதிலும் ஆத்மார்த்தமாகத் தங்களை ஈடுபடுத்திக் கொள்கின்றனர். இது ஓர் வேதாந்தச் சத்தியம் மற்றும் அனுபவமாயிருக்கிறது. அன்பு என்பது நபர்களோடுள்ள உறவைப் பற்றியது, அதுவே இயேசு கிறிஸ்துவுக்கும் நமக்கும் கூட பொருந்தும்.

இயேசு ஒரு நபர். அவர், இதுவரை ஒருவரும் பெற்றிராத அல்லது வேறு யாருக்குமில்லாத பிதாவைக் குறித்த தமது அறிவை நம்மோடு பகிர்ந்துக்கொள்கிறார். அவர் தமது இதயம், மனது, மற்றும் தன்மையை நம்மோடு பகிர்ந்துக்கொள்கிறார். இதைச் சுருக்கி, இந்த தனிப்பட்ட பகிர்தலை வெறும் ஒரு உபதேசமாகத் குறைத்து மதிப்பிடும்போது சுவிசேஷத்தின் வல்லமையை மக்களிடமிருந்து பறித்து, இயேசுவிலுள்ள பிதாவின் அன்பையும், உறவுசார்ந்தச் சுகமாக்குதலையும் பறித்துவிடும். இயேசுவிலுள்ள பிதாவின் நிபந்தனைகளற்ற ஏற்றுக்கொள்ளுதலை அறிந்துகொள்ளாமல், நம்மால் நம் தற்காப்பு கவசங்களைத் தளரவிட முடியாது. அதுமட்டுமல்ல, அதன் விளைவாக அவரது அன்பையும் சுகத்தையும் பெற நம் ஆத்துமாக்களுக்கு நாமே அனுமதி மறுத்துவிடுகிறோம்.

“கிறிஸ்து நமக்குள்” இருக்கிறார் என்ற சத்தியமானது, ஈடுபாடற்ற மற்றும் வாழ்க்கைக்கு உதவாத, உபதேச குறுக்கு வழிகளை தவிர்ப்பதற்கு நமக்கு உதவும் நெடுஞ்சாலையாயிருக்கிறது.

அனைத்து உலகங்களையும் கடந்து என்ற இப்புத்தகம், கிறிஸ்து நம்மில் இருக்கிறார் என்ற ஆதிகால சத்தியத்தைக் கொண்டு மேற்கத்திய இரட்டைவாத அறிவாற்றலையும் (**Western cognitive dualism**) மீறி இயேசுவின் உறவில் நம் இதயங்களையும், உடல்களையும் ஈடுபடுத்த நமக்கு உதவுகிறது.

நீங்கள் இதை வாசிக்கும்பொழுதே இயேசு உங்கள் ஆழமான தேவைகளைச் சந்திப்பாராக.

புரூஸ் வாச்சோப், எம்.ம்.
பெட்ஃபோர்ட் மருத்துவ சிகிச்சையகம்
ஆடிலெய்டு, ஆஸ்திரேலியா

முகவுரை

பிதா அறியப்பட வேண்டும் என்பதில் இயேசு பேரார்வம் கொண்டுள்ளார். நாம் அவருடைய பிதாவை அறியாமலும், அவருடைய இருதயம், அவருடைய தாராளமான அரவணைப்பு, அவரது முடிவில்லாத அன்பு, பிதாவின் முகத்தை நாம் பார்க்கும் போது நமக்குள் கிரியை செய்யும் அவரது பரிபூரண சுதந்திரம் ஆகியவற்றை நாம் அறியாமல் இருப்பதை இயேசுவால் தாங்கிக்கொள்ள முடியாது. நித்திய நித்தியமாய் இயேசு பிதாவை அறிந்தவராய் இருக்கிறார். அவர் பிதாவின் வலது பாரிசத்தில் அமர்ந்து அவரை முக முகமாய் பார்த்து, பரிசுத்த ஆவியின் ஐக்கியத்தில் ஜீவனையும் மற்ற அனைத்தையும் பிதாவோடு பகிர்ந்துக்கொள்கிறார். அப்படியென்றால், அவருடைய பிதாவின் இருதயத்தைப் பற்றிய வெளிச்சம் இல்லாதவர்களாய் நம்மை இருளில் விட்டு அவரால் எப்படி மன நிறைவுடன் இருக்க முடியும்? நாம் புராண கதைளால் கட்டுண்டு பயம் என்ற உணர்வினால் பிடிக்கப்பட்டு, தொலைந்த நிலையில் இருக்கும் பொழுது, இந்தக் குமாரன் எப்படி அலட்சியமாக இருக்க முடியும்? பிதாவின் அன்பு தம்மில் எரிய, ஆவியின் அக்கினியால் ஈர்க்கப்பட்டு, குமாரன் நமது உடைந்த நிலைமையை அரவணைக்க ஓடி வந்து, நம் காரிருளில் தம்மை மூழ்கடித்துக்கொண்டார். நம்மை வந்துக் காப்பாற்றுவதற்காக, நாம் மூழ்கியிருந்தக் காரிருள் நிறைந்த கடலை, அவர் துணிச்சலுடன் எதிர்கொண்டார். ஏன்? ஆவியில் தமது பிதாவுடனான தமது ஐக்கியத்தை நம்முடன் பகிரவும், நாமும் அவரோடு பிதாவை அறிந்து, ருசித்து, உணர்ந்து அவரது அரவணைப்பில் நாம் வாழ்வை அனுபவிக்க வேண்டும் என்பதற்காகவே.

இப்புத்தகம் இயேசு கிறிஸ்து நம்மை நமது விழுந்து போன காரிருளான மனங்களில் நம்மைக் கண்டுபிடிப்பதைப் பற்றியது. அவர் எங்கோ தூரத்திலிருந்து நம்மைக் கண்காணித்துக் கொண்டிருக்கவில்லை. என்றாவது ஓர்நாள், அவர் நம் வாழ்வின் பங்காக மாற வேண்டுமென்று அந்த நாளுக்காகக் காத்திருக்கவும் இல்லை. மக்கள் இயேசுவிடமிருந்து பிரிந்திருக்கின்றனர் என்றும் வாழ்வின் ஏதோ ஓர் கட்டத்தில் அதுவரை தங்களோடிராத இயேசுவை ஜெபித்து ஏற்றுக்கொள்கின்றனர் என்றும் நாம் சிந்திக்க முனைகிறோம். ஆனால் சத்தியமோவென்றால், நம் சிந்தனைக்கு மாறாக உள்ளது. இயேசு நம்மை தமது ஜீவனுக்குள் ஏற்றுக்கொண்டார். நாம் அவரை நம் வாழ்க்கையில் பங்குள்ளவராக்கவில்லை; அவரே, அவருடையதில் நம்மை பங்குள்ளவர்களாக்கியுள்ளார். அவர் தமது பிதாவோடுள்ள பரிபூரண ஜீவனிலும், தமது பரிசுத்த ஆவியின் அபிஷேகத்திலும் நம்மைச் சேர்த்துக்கொண்டார். அவர் அரவணைத்துக்கொண்ட நாம், பரிபூரணமான நாம் அல்ல, அனைவரும் நம்புகிற விதமாய் உலகிற்கு நாம் காண்பிக்கும் களங்கமற்ற தோற்றத்தையும் அல்ல. அவர் அரவணைத்துக்கொண்ட நாம், உடைந்துபோன, காயப்பட்ட, சோர்வுற்ற, பயந்த சுபாவமுடைய, சுய-நலமான, சுயப்-பாதுகாப்பு கவசங்களை தரித்த, மறைந்திருக்கும்

தன்மையுடையவர்களாகக் காணப்படும் நாம் ஆகும். எனவே, நாம் ஒரு சுவாரஸ்யமான பயணம் செய்ய உள்ளோம். உடைந்துபோன நாம், பிதாவின் அன்பைப் பரிசுத்த ஆவியின் விடுதலையோடு அறிய வேண்டும் என்று இயேசு தீர்மானித்துவிட்டார். அவர் அதில் தளரப்போவதே இல்லை.

நமக்கோ உடனடி தீர்வு தேவை, ஆனால் அது அப்படி இயங்குவதில்லை. இயேசு பிதாவோடும் ஆவியோடும் வாழ்ந்துக் கொண்டிருக்கும் அழகான வாழ்வும், காரிருளில் வாழ்ந்துக் கொண்டிருக்கும் நம் வாழ்வும் ஆகிய இவ்விரண்டும் கைக்குப் பொருந்தாத கையுறை போல உள்ளது. இயேசு நம்மை நித்தியமாய் தமது உலகத்தில் சேர்த்துக் கொண்டார். ஆனால் நாமோ மிகவும் பயந்து, மாறுபாடான கோணங்களில் காரியங்களை காண்பவர்களாக மட்டுமல்லாமல், தவறான தலையீட்டையும், குழப்பத்தையும் நம்மோடு கூட கொண்டு வருகிறோம். நாம் இயேசுவின் பிதாவையும் அவரது முடிவில்லா அன்பையும் அனுபவிக்க வேண்டுமென்றால், ஏன் நாம் அவைகளை அனுபவிப்பது இல்லை என்பதை எதிர் கொள்ள வேண்டும். நாம் நமது தவறான தலையீடுகளையும், நமது வேஷங்களையும், ஓடி ஒளிந்து கொள்தலையும், தேவனையும், மற்றவர்களையும் ஜீவனையும் குறித்து நமக்கிருந்தத் திரிக்கப்பட்ட கண்ணோட்டம் ஆகியவற்றை எதிர்கொள்ள வேண்டும். அது நம்மைக் காயப்படுத்தும்.

இறுதியாகவும், இவையனைத்திற்கு மத்தியிலும், ஓர் எளிய தெரிந்துக்கொள்ளுதலை நாம் தெரிந்துகொள்ள வேண்டும். அது என்னவெனில், பிதாவின் அரவணைப்பில் மிகுதியான மகிழ்ச்சிக்கு வழிவகுக்கின்ற இயேசுவிலே கிடைக்கும் வெளிப்பாட்டினால் வருகிற நல்ல அவசியமான காயம், உயிரைக் கொடுக்கும் மற்றும் விடுதலையாக்கும் வலியைத் தழுவலாம் அல்லது இன்னும் நமது கண்ணோட்டங்களை வெகுவாக அந்நியப்படுத்தி உடைத்து துக்கத்துக்குள்ளாக்குகிற நமது சொந்த உலகங்களில் தொடர்ந்து வாழலாம். இதற்கிடையில், நாம் நம்மை அழிக்கக்கூடிய கண்ணோட்டத்தின் வலியிலோ அல்லது விடுவிக்கும் வலியாகிய இயேசு நம்மோடு பகிரும், பிதாவின் அன்பிலோ ஆகிய இவ்விரண்டுக்குமிடையில் இருக்கும் வேதனையில் வாழ்கிறோம். நாமெல்லாரும் பிதாவின் முகத்தை காணும் வரை, இயேசு அறிந்துள்ளதைப் போன்று நாமும் பிதாவை அறிய வேண்டும் என்று அவர் உறுதிமொழி எடுத்துள்ளார். அதுவே ஒப்புரவாகுதல்.

நான் எப்பொழுதும் அறிந்துள்ளபடி, தேவனைப் பற்றிய கேள்வியும் மனிதனின் முழுமையும் ஒன்றோடொன்று இணைந்துச் செல்கிறது. இது எப்படி என்பதைக் கண்டறிய நான் என்னை அட்லான்டிக் அப்பால் உள்ள பேராசிரியர் ஜேம்ஸ் ய. டோரன்ஸின் பாதபடிக்குச் சென்றேன். பேராசிரியர் டோரன்ஸ் (அல்லது ஜே.பி என்று நாங்கள் அழைப்போம்) அவர்கள்தான் பிதா, குமாரன் மற்றும் ஆவியானவரின் உறவே புதிய ஏற்பாடு மற்றும் சிருஷ்டிப்பின் மையமாக உள்ளது என்பதை எனக்கு கற்றுக் கொடுத்தார். நான் புதிய கண்ணாடிகளைப் பயன்படுத்தும்படி எனக்கு பரிந்துரை செய்தார். இந்த எல்லா சத்தியங்களுக்கும் மேலான சத்தியத்தின் வெளிச்சத்தில் எனது இறையியலை வேரிலிருந்து மறுபரிசீலனைச் செய்து சிந்திக்க எனக்கு சவால்விடுத்தார். பரத்திலுள்ள நம் தகப்பனைப் போல, அவர் ஒருபோதும் தனது பிள்ளைகளைச் சிந்திக்கவும், ஜெபிக்கவும், வாழவும் தடுமாறியபொழுது கைவிட்டதேயில்லை.

இந்த அஸ்திபார வெளிச்சத்தோடு ஜே.பி அவர்கள் எனக்கு ஆதித்திருச்சபையை சுட்டிக் காட்டினார். அதிலும் குறிப்பாக யோவான் மற்றும் பவுலையும், அதோடு இரேனியஸ், அத்தனேசியஸ் அவர்களின் எழுத்துக்களையும், அதோடு நவீனகால எழுத்தாளர்களான ஜார்ஜ் மெக்டோனால்டு, தாமஸ் எர்ஸ்கைன், ஜான் மெக்லியாட்

கேம்ப்பெல், கார்ல் பார்த், லெஸ்லி நியுபிகின், சி.எஸ். லீவிஸ் மற்றும் தனது சகோதரரான டி.எஃப். டோரன்ஸ் அவர்களின் ஆழமான படைப்பையும் எனக்கு சுட்டிக் காட்டினார். நான் இங்கு ஒரே மாதிரியான பிரம்மாண்டமான தரிசனத்தையுடைய சகோதரரைக் கண்டுபிடித்தேன். என் மாயைகளை உடைத்தெறிந்து ஆழமான மனந்திரும்புதலுக்கு என்னைத் தள்ளிய, சிறந்த நுண்ணறிவு மிக்க சகோதரரைக் கண்டுபிடித்தேன்; பிதா, குமாரன், பரிசுத்த ஆவியென்னும் திரித்துவ ஜீவனின் பிரம்மிப்பூட்டும் அழகின் முன் என்னையும் நிறுத்தி, இந்த ஜீவன் நம் எல்லோருக்குமானது என்று சொன்ன சகோதரரையும் நான் இங்கு கண்டடைந்தேன்.

எனக்கு ஓர் தனித்துவம் வாய்ந்த ஆசிரியர் இருந்தார். அவர் என்னை மிகவும் நேசித்து, ஆழமாக அறிந்தும் வைத்திருந்தார். அவர் என்னை மாபெரும் தகப்பன்மாரிடம் நடத்தினது மட்டுமில்லாமல், அக்கினியிலும் என்னோடு நின்றார். ஜீவனை நேசிக்கும் நண்பர்களாலும் நான் ஆசீர்வதிக்கப்பட்டுள்ளேன். அவர்கள் அனைவரும் காதல் முதல் மீன்பிடித்தல்வரை, ஒரு பெற்றோராய் இருப்பதிலிருந்து நண்பர்களுடன் காபிக் குடிக்கும்வரை, அதோடு நமது வலி போன்ற யாவற்றிலும், பிதா, குமாரன், பரிசுத்த ஆவியானவரின் சுவிசேஷம் என்றால் என்ன என்பதைப் புரிந்துகொள்ள நிச்சயித்தவர்களாகவும் இருக்கிறார்கள். நான் நேசிப்பதைப் போன்றே "கிறிஸ்துவோடுள்ள ஐக்கியத்தை" நேசித்து, நடைமுறை வாழ்க்கையின் சோதனை சமயத்தில், என் கால்களை ஸ்திரமாய் நிற்க செய்து, நாம் அதன்படி வாழாவிடில் இறையிலுக்கு மதிப்பில்லை என்பதை எனக்கு நினைப்பூட்டுவதில் உண்மையாய் இருந்தவர் ஸ்டீவ் ஹாரன். மனிதனின் உடைந்த நிலை, ஆவிக்குரிய வலி மற்றும் உள்ளிந்திரியங்கள் எவ்வாறு வேலை செய்கிறது என்பதைப் பிரத்யேகமாக அறியும் தனது குறிப்பிடத்தக்கப் பயணத்தில் என்னையும் இணைத்துக் கொண்டவர்தான் ம்ஷை. புரூஸ் வாச்சோப். குடும்ப அமைப்பு கோட்பாட்டின் வெளிச்சத்திலிருந்து உறவின் பிரச்சனைகளுக்கும், உறவுகளைப் பற்றிய எனது நூற்றுக்கணக்கான கேள்விகளின் ஊடாய் என்னோடு நடந்து வந்தவர், கேரி ஆரிண்டர். கிறிஸ்டி ஜோன்ஸ், டேவிட் உப்ஷா, கேரி ஸ்டாக்கெட், ராபர்ட் லூக்காஸ், ராட் டுமாஸ் மற்றும் ஜூலியன் ஃபேகன், பெர்ட் கேரி, பால் லிவெரென்ஸ், டேவிட் கோவாலிக், கென் புளூ, டிர்க் வாண்டர்லீஸ்ட் மற்றும் என்னுடைய அன்பான மனைவி பெத் போன்றோர் சத்தியத்தையும் விடுதலையையும் அறிந்துகொள்வதில் உள்ள முடிவில்லா போராட்டத்தில், தொடர்ந்து என்னுடன் நின்றனர்.

பிரம்மிப்பூட்டும் உயரிய திரித்துவ இறையியலின் வெளிச்சமும் மனித இதயத்தின் வலி ஆகிய - எனக்குள் இருக்கும் இந்த இரு உலகங்களை இணைப்பதன் வெளிப்பாடே இப்புத்தகம். என்னுள் இருக்கும் இந்த இரு உலகங்களின் இணைப்பு, சுலபமாக நடந்து விடவில்லை. இந்த இணைப்பு என்பது 46 வருடங்களாக கடல் கடந்து கற்று வந்த அனுபவங்கள் - இறையியல், நடைமுறை, நெடிய கலந்துரையாடல் மற்றும் தொடர்ந்து இதில் வாழ்வதன் கனியாகும். எனவே, எனது எண்ணத்தில் வளர்ச்சியை ஏற்படுத்த பங்காற்றிய ஒவ்வொருவருக்கும் நான் நன்றி சொல்வதென்பது கூடாத காரியம். 25 வருட கலந்துரையாடலுக்கு அடிக்குறிப்பு எழுதுவது எப்படி? இருப்பினும், ஸ்டீவ், புரூஸ் மற்றும் கேரி அவர்களுக்கு குறிப்பாக நான் நன்றி கூறுகிறேன். உங்கள் நட்புக்கு நன்றியுள்ளவனாய் இருக்கிறேன். நீங்கள் உங்கள் ஸ்தானத்தில் நிலைத்திருந்து, சத்தியத்தை அறிவதற்கு போராடினது மட்டுமில்லாமல், உங்கள் முழு மனதையும் இருதயத்தையும் என்னோடு பகிர்ந்து கொண்டீர்கள். இந்த புத்தகம் எந்தளவிற்கு என்னுடையதோ அதே அளவு உங்களுடையதும் கூட.

ஆனால், எல்லாவற்றுக்கும் மேலாக பேராசிரியர் ஜேம்ஸ் ய. டோரன்ஸ் அவர்கள்

இந்த வெளிச்சத்தை என்னுடன் பகிர்ந்துகொண்டதற்காக, பிரத்யேகமாக நன்றி கூறுகிறேன். ஆண்டவர் என்னை உங்களிடம் வழிநடத்தாதிருந்தால் என் வாழ்வு எப்படி இருந்திருக்கும் என்பதை என்னால் கற்பனைகூடச் செய்ய முடியவில்லை. இப்பொழுது, நீங்கள் எவ்வாறாக திரியேகத் தேவனால் அறியப்பட்டுள்ளீர்களோ, அவ்வாறாகவே உங்களை நீங்கள் அறிந்துள்ளீர்கள். நீங்கள் ஆழமாய் நேசித்த ஐக்கியம் மற்றும் கலந்துரையாடலில், இப்பொழுது முழுவதுமாய் பங்குபெற்றுள்ளீர்கள். இனி அந்தகாரமில்லை. ஆனால், அன்பு சகோதரனே, நீங்கள் இங்கிருந்த பொழுது ஆச்சரியமான திரளான ஒளியை உடையவராய் இருந்தீர்கள். உங்கள் அக்கறைக்கும், போராட்டத்திற்கும், நிலைநின்றமைக்கும் மற்றும் அநேகருடைய இருதயத்தை "ஆவியில் இருக்கும் பிதாவுடனான குமாரனின் உறவுக்கு" நேராகத் திருப்பியதற்கும் நன்றி. இந்தப் புத்தகம் உங்கள் இருதயத்துக்கு கனத்தைத் தருகிறது என்று நான் நம்புகிறேன்.

சி. பேக்ஸ்டர் க்ரூகர்

தகப்பனின் நாள், 2004

19

சகலமும் என் பிதாவினால் எனக்கு ஒப்புக்கொடுக்கப்பட்டிருக்கிறது;
ஒருவனும் குமாரனை அறியான், பிதாவை தவிர; வேறொருவனும் பிதாவை
அறியான் குமாரனைத் தவிர; குமாரன் எவர்களுக்கு அவரை வெளிப்படுத்தச்
சித்தமாயிருக்கிறாரோ அவர்களுக்கு பிதாவை வெளிப்படுத்துகிறார்.
- மத்தேயு 11:27

முன்னுரை

செய்தியின் மையக்கருத்து

சத்தங்களைக் கேட்டுக்கொண்டே எரிச்சலோடு அமர்ந்தாள்.

"முப்பது வயதே நிரம்பிய அந்த மனிதனுடைய வெளியரங்கமான திமிரை என்னால் நம்பவே முடியவில்லை" என்று கத்தினான் அந்த கோணை மூக்கை உடைய குள்ளமான மனிதன்.

"அவர் ஓர் புரட்சியாளர் என்றும், அவதூறு பேசுபவர் என்றும், தேவனை, அவர் அப்பா என்று அழைப்பதையும் நான் கேட்டிருக்கிறேன். ஆகவே, இது என்னை ஆச்சரியப்படுத்தவில்லை" என்று ஏகூத் சொன்னான்.

"ஏதோ அவனுக்குத்தான் தேவனைத் தெரிந்ததைப்போல நடந்துகொண்டான்" என்று அந்த குள்ள மனிதன் உறுமினான்.

"ஏகூத், இதே இடத்தில் தான்: 'குமாரனைத் தவிர வேறொருவனும் பிதாவை அறியான்,' என்று அவர் சொன்னதை என் சொந்தக் காதுகளால் கேட்டேன்." சவுலின் கோபம் அவனது உச்சத்துக்கு ஏறியது.

"இஸ்ரவேலில் இப்படியொன்றை சொல்வதற்கு, அவன் தன்னை யார் என்று நினைத்துக் கொண்டிருக்கிறான்?" என்று ஏகூத் ஏளனம் செய்தான்.

"ஆம், நான் சொல்வதில் தவறேதுமில்லை" என்று சவுல் சத்தமிட்டான். "அவன் பேசுவதை நிறுத்தி, எங்களுக்கு குத்தும்படி எங்களை உற்றுப் பார்த்துச் சொன்னான். 'ஒருவரும், ஒரு ஆத்துமாவும், வேறெந்த நபரும் அல்ல. ஆனால் நானே தேவனை அறிந்திருக்கிறேன்.' அவன் இந்த அர்த்தத்தில்தான் கூறினான். அவர் தரையில் ஒரு வட்டத்தை வரைந்து, அந்த வட்டத்தினுள், தன்னைத் தவிர தேவனோடு எவரும் எந்தக் காலத்திலும் இருந்ததில்லை என்று சொன்னான். தேவதூஷணம்! முற்றிலும் தேவதூஷணம்!"

"அப்படியென்றால், ஆபிரகாமைப் பற்றி என்ன? மோசேயைப் பற்றி என்ன? தாவீது மற்றும் தீர்க்கதரிசிகளைப் பற்றி என்ன?" என்று ஏகூத் அழுதான்.

"ஏகூத், யூதர்களாகிய நம்மையே புறஜாதிகள் என்று இதே இடத்தில் தான் சொன்னான்! ஒட்டுமொத்தப் பாரம்பரியத்தையும் அவன் தூர எறிந்துவிட்டான்!".

"அதுசரி, இப்படிப்பட்ட முட்டாள்தனத்தோடு அவன் இங்கு நீண்ட நாள் சுற்றித்திரிய முடியாது."

"முட்டாள்தனமா? இது அப்பட்டமான தேவதூஷணம்!" என்று சவுல் கூக்குரலிட்டான். "சகோதரர்கள் அவனை சீக்கிரத்தில் பிடித்துவிடுவார்கள்."

இதற்கு மேல் அந்த இளம் பெண்ணால் பொறுத்துக் கொள்ள முடியவில்லை. "இயேசு சொன்னது நற்செய்தி என்றே நான் நினைக்கிறேன்," என்று மென்மையாகச் சொன்னாள்.

அவனது கோணை மூக்கு காற்றில் செல்லும் படகைப் போல் நிற்க, "அதுசரி நீ யார்?"

என்று சவுல் ஏளனமாய் கேட்டான்.

"என் பெயர் மகதலேனா மரியாள்." அவள் பார்வை சவுலை துளைத்துப் பார்த்து கொண்டிருக்க, அவள் கண்களிருந்து தூய்மையான சந்தோஷம் என்னும் ஒளி வீசியது. "நீங்களெல்லோரும் காரியத்தை ஆராய்ந்தறியும் ஞானிகள். கண்டுபிடித்து விட்டீர்கள், ஆனால் எங்களைப் போன்றோருக்கோ, பதில் இயேசுவிடம் உண்டு."

"பெண்ணே, எங்களுடன் பேசவும், எங்களுக்கு பாடம் எடுக்கவும் உனக்கு என்ன தைரியம்?" என்று சவுல் திட்டினான்.

"நிச்சயமாக, ஒரு பெண்ணாக, அதுவும் பாவியாக, நான் உங்களுக்கு ஒரு பொருட்டல்ல. ஆனால் இயேசு என்னை ஏற்றுக்கொண்டார். பிதாவின் அன்பை அறிந்த ஒரே ஒருவர் அவர் மட்டுமே, அவர் பிதாவின் அன்பை எனக்கும் காட்டினார்."

"போதும்! நீ இந்த இடத்திலேயே கல்லேறியப் படவேண்டியவள்," என்று சவுல் உறுமினான், அவன் தன் அங்கியை பறித்துக்கொண்டு, குமுறிக்கொண்டு அந்த இடத்தை விட்டு வெளியேறினான். ஏகூதும் அவனைப் பின் தொடர்ந்து சென்றான்.

திசைத் திருப்பப்பட்ட தங்களது தவறான வாஞ்சையினிமித்தம், அவர்கள் தலையை முன்னும் பின்னும் வேகமாக அசைத்து, தங்கள் விரல்களை மடக்கியும் கைகளை வீசிக் கொண்டும் அவர்கள் பேசிக்கொண்டு போன கசப்பான பேச்சு, மரியாளின் காதுகளில் ஒலித்துக்கொண்டே இருந்தது.

"நான் என் வாழ்வை தேவனுக்கென்று அர்ப்பணித்துவிட்டேன். அவ்வாறு இருக்கும்போது, எனக்கு தேவனையே தெரியாது என்று சொல்வதற்கு இந்த மனிதனுக்கு என்ன தைரியம்," என்று சவுல் கத்தினான்.

"இன்னும் மோசமான காரியம் என்னவென்றால்" என்று ஏகூத் இடைமறித்து, "பிதாவைக் குறித்த தம்முடைய அறிவை நம்மோடு பகிர்ந்துகொள்வாராமே..." என்று கூவினான்.

அவ்விதமான சிந்தனை சவுலின் ஆன்மாவில் ஒரு எரிமலைக்குழம்பைப் போல் எரிந்தது. "இது மிகவும் திமிரான செயல்! இயேசு தன் சுயநினைவை இழந்துவிட்டார்." என்று கூறினான்.

மரியாள் அங்கு நின்று இவைகளை அமைதியாகக் கவனித்துக் கொண்டிருந்தாள். சந்தோஷமும் துக்கமும் மாறி மாறி அவளுக்குள் சுழன்று கொண்டிருந்தது. "ஆண்டவரே, அவர்களுக்கு இன்னும் புரியவில்லை, அவர்களுக்கு உதவிசெய்யும். அவர்கள் தங்களை ஒரு புறமும் உம்மை ஒரு மறுபுறமும் வைத்துப் பார்த்து, அவர்கள் உமக்கு செய்ததை எண்ணி தங்களுக்குள் பெருமைக் கொள்கிறார்கள். அவர்களுக்குப் புதியக் கண்களைத் தாரும்."

"நான் அதை செய்வேன்" என்ற சத்தம் அவள் இருதயத்தில் கேட்டது.

சவுல், ஏகூத் மற்றும் நம்பிக்கையால் நிறைந்த ஒரு சாதாரண பெண்ணுக்கும் இடையில் நடந்த இந்தக் காரசாரமான கலந்துரையாடல், பிரச்சனையின் மையத்தைக் காண்பிக்கிறது. இயேசு, யூதர்களின் எண்ணங்களைத் தெறிக்கவிட்டார். அது அவ்வளவு எளிமையானது. தெய்வீக வெளிப்பாட்டின் ஆழத்தைப் பெற்றிருந்தாலும், கடும் சோதனைகளின் மூலம் பயிற்றுவிக்கப்பட்டிருந்தாலும், ஒரு யூத மனதால் இயேசுவின் பிரசன்னத்தோடு ஒத்துப்போக முடியவில்லை. அவர் பிரசன்னமானது, அனைத்து முற்கால அல்லது நவீனகால மற்றும் இப்பொழுது புதிதாய் துவங்கும் அனைத்து மதங்களுக்கும் முடிவு என்பதையே குறித்தது, குறிக்கின்றது. சவுல் தன் ஆத்துமாவின் ஆழத்தில் உணர்ந்தது என்னவென்றால்; ஒன்று இயேசுவுக்கு பைத்தியம் பிடித்திருக்க வேண்டும் அல்லது நமக்கு பிடித்திருக்க வேண்டுமென்பதே. இதுவே இயேசுவின்

பிரசன்னம் உண்டாக்கும் நெருக்கடியாகும். நாமும் சவுல் மற்றும் ஏசூதின் வழியில் சென்று, தேவனைப் பற்றிய நமது பதட்டம் நிறைந்த தரிசனத்திலும், சுயமாக உருவாக்கப்பட்ட இரட்சிப்பின் திட்டங்களிலும், பிடிவாதமாக ஒட்டிக் கொண்டிருக்கலாம். அல்லது, இயேசு, பிதாவை நம்மோடு பகிர்ந்துக்கொள்ள அனுமதிக்கும் மகதலேனா மரியாளின் வழியைப் பின்பற்றலாம்.

“குமாரனையன்றி ஒருவனும் பிதாவை அறியான்.” இயேசுவின் இந்த பிரம்மிப்பூட்டும் வார்த்தைகள் வேறெப்போதும் சொல்லப்பட்ட வார்த்தைகளைக் காட்டிலும் தூண்டிவிடுகிறதாயும், சிலரை விலக்குகிறதாயும் இருக்கிறது. ஏன் இப்படிப்பட்ட ஒரு கூற்றை அவர் சொல்ல வேண்டும்? அத்தகைய பிரத்தியேகமான வார்த்தைகளின் முழுமையான கருத்து என்ன? உலகின் மற்ற மதத்தினரையும் குறிப்பாக இது யூதர்களின் மனதை புண் படுத்தும் என்பது இயேசுவுக்கு தெரியாதா?

இது எங்கோ தூரத்திலிருக்கும் தேவனை கண்டுபிடிப்பதற்கான நமது வழிகளைப் பற்றியதல்ல, இது பிதாவோடும், ஆவியானவரோடும் தனக்குள்ள தனித்தன்மை வாய்ந்த உறவில் இயேசு நம்மையும் சேர்த்துக் கொள்வது என்பதைப் பற்றியது. இந்த விஷயத்தை மகதலேனா மரியாள் புரிந்துகொண்டு, சந்தோஷத்தைக் கண்டடைந்தாள்.

தெய்வீக ஆலோசனை மற்றும் வழிகாட்டுதல்களைக் கொடுத்து வந்த மத தலைவர்களின் நீண்ட வரிசையில் இயேசுவும் ஒருவரல்ல. இயேசுவில் இருந்த தனித்தன்மை யாதெனில் பிதாவைப் பற்றி இயேசு பெற்றிருந்த தனித்தன்மை வாய்ந்த அறிவு. இது வெறும் அறிவு சார்ந்த அல்லது கல்விச்சார்ந்த அல்லது இறையியல் அறிவு அல்ல. தனிப்பட்ட, அனுபவரீதியான, உறவு சம்பந்தமான அறிவைப் பற்றி நான் சொல்லுகிறேன். அவர் பிதாவை அறிந்திருக்கிறார். அவர், பிதாவை முகமுகமாய் காண்கிறார். அவர் ஆவியில் பிதாவோடு ஐக்கியத்தில் வாழ்ந்து கொண்டிருக்கிறார். இயேசுவைப் பற்றி அதிர்ச்சியளிக்கும் விஷயம் என்னவென்றால் பிதாவுடனான தனது தனித்தன்மை வாய்ந்த உறவை பதுக்கி வைப்பதில் அவருக்கு எவ்வளவேனும் ஆர்வமில்லை. மாறாக, பகிர்வதே அவரது வாஞ்சையாயிருக்கிறது.

அனைத்து உலகங்களையும் கடந்து இயேசு நம்மிடம் வந்தார், என்பதை குறித்து வைத்துக் கொள்ளுங்கள். அவர் வந்தது நாம் பின்பற்றுவதற்கென்று ஒரு மத கையேட்டைக் கொடுப்பதற்க்காகவோ அல்லது தூரத்திலுள்ள தெய்வத்தைப் பற்றிய ஓர் புத்தம் புதிய ஆழமான அறிவைக் கொடுப்பதற்காகவோ அல்ல. அவர் தம்மையே நமக்கு கொடுப்பதற்காகவும், அவரிடத்திலுள்ள மற்றும் அவர் அறிந்துள்ள அனைத்தையும் கொடுப்பதற்காகவே வந்தார். அவர் நம்மோடு ஒரு தனிப்பட்ட உறவை ஏற்படுத்தவும், பிதா மற்றும் ஆவியானவருடனான தமது உறவில் நம்மையும் சேர்த்துக்கொள்ளவுமே, அனைத்து உலகங்களையும் கடந்து வந்தார். தமது ஆத்மாவை நம்மோடு பகிர்ந்துக்கொள்ளவும், அதன் மூலம் தனது பிதாவைக் குறித்த தனது அறிவை நம்மோடு பகிர்ந்துக்கொள்ளவும், தமது சமாதானம், தமது நிச்சயம், நம்பிக்கை மற்றும் சந்தோஷம் ஆகியவற்றைப் பகிர்ந்துக்கொள்ளவும், அதனால் அவர் அறிந்தவைகளை நாம் அறியவும், அதன் மூலம் அவர் மாத்திரமே கொண்டிருக்கும் பிதாவுடனான பரிசுத்த ஆவியானவரின் ஐக்கியத்தை நாமும் அனுபவிக்கவும் ருசி பார்க்கவும் வந்தார்.

இதை கவனித்தீர்களா? இயேசு தைரியம் அல்லது விசுவாசம் அல்லது அன்பு ஆகியவற்றைப் பற்றிய முன்னுதாரணங்களை வைத்துவிட்டு, அதன் பின்பு இவ்வாறே செய்யுங்கள் என்று கட்டளைக் கொடுக்கவில்லை. அவர் சந்தோஷத்தை விளக்கிவிட்டு, அதை உங்கள் வாழ்வில் நடைமுறைபடுத்துங்கள் என்று சொல்லவில்லை. ராஜ்ஜியத்தைக் கொண்டு வருவதற்கான பத்து படிகள், அல்லது தேவனோடு அவருக்கு உள்ளதைப்

போன்ற உறவைப் பெறுவதற்கான ஏழு வழிகளை அவர் கொடுக்கவில்லை. மாறாக, இயேசு செய்தது இவைகளுக்கெல்லாம் அப்பாற்பட்டதும், அதிர்ச்சியளிப்பதாவும், தனிப்பட்டதாகவும் உள்ளது. அவர் கட்டளையிடும் முன்பாக, பகிர்ந்துக்கொள்கிறார். பிதாவைப் பற்றிய தனது அறிவை நம்மோடு பகிர்ந்துக்கொள்கிறார். அவர் தமது தைரியத்தையும், விசுவாசத்தையும் அன்பையும், சந்தோஷத்தையும் நம்முடன் பகிர்ந்துக்கொண்டு, அதன்பின் அவைகளில் நாம் வாழ நமக்குக் கட்டளைக் கொடுக்கிறார். “சமாதானத்தை உங்களுக்கு வைத்துப்போகிறேன், என்னுடைய சமாதானத்தையே உங்களுக்குக் கொடுக்கிறேன், உலகம் கொடுக்கிறபிரகாரம் நான் உங்களுக்குக் கொடுக்கிறதில்லை. உங்கள் இருதயம் கலங்காமலும் பயப்படாமலும் இருப்பதாக” (யோவான் 14:27). “என்னுடைய சந்தோஷம் உங்களில் நிலைத்திருக்கும்படிக்கும், உங்கள் சந்தோஷம் நிறைவாயிருக்கும்படிக்கும், இவைகளை உங்களுக்குச் சொன்னேன்” (யோவான் 15:11). “நீர் என்னிடத்தில் வைத்த அன்பு அவர்களிடத்திலிருக்கும்படிக் கும், நானும் அவர்களிலிருக்கும்படிக்கும், உம்முடைய நாமத்தை அவர்களுக்குத் தெரியப்படுத்தினேன். இன்னமும் தெரியப்படுத்துவேன் என்றார்” (யோவான் 17:26). “உலகத்தில் உங்களுக்கு உபத்திரவம் உண்டு, ஆனாலும் திடன் கொள்ளுங்கள், நான் உலகத்தை ஜெயித்தேன்” (யோவான் 16:33).

காலம் சென்ற பேராசிரியர் ஜேம்ஸ் டோரன்ஸ் அவர்கள் இதை அழகான வார்த்தைகளில் கோர்க்கிறார்: “தேவனுடைய திரித்துவ ஜீவனுக்குள் நாம் அன்பில் ஈர்க்கப்படுவதற்காகவும் - பிதாவுடனான குமாரனின் உறவில் ஆவியானவர் மூலம் நம்மை பங்குபெற செய்யவும் - பகிர்ந்தளிக்கப்பட்ட ஐக்கியத்தின் ஜீவனுக்குள் நாம் ஈர்த்துக்கொள்ளப்படும்படியாகவும் பிதாவானவர் நமக்கு குமாரனையும் ஆவியையும் தந்திருக்கிறார்”[1]

பிதாவுடனான தமது தனித்துவமான உறவில் நம்மையும் பங்குபெற செய்ய இயேசு தாமே அனைத்து உலகங்களையும் கடந்து வந்த அந்த சத்தியமும், எப்பொழுதும் அவர் அப்படியே செய்து வருகிறார் என்ற உண்மையும், நாம் கற்பனைக்கூடச் செய்து பார்க்க முடியாத காரியங்கள் நம் வாழ்வில் நடந்து கொண்டிருக்கிறது என்பதையே குறிக்கிறது. நாம் தேவனுடைய திரித்துவ ஜீவனில் பங்கு பெற்றுள்ளோம். நாம் பிதா, குமாரன் மற்றும் பரிசுத்த ஆவியினுடையவர்களாயிருக்கிறோம். இந்த சார்ந்துகொள்ளுதல், பங்கெடுப்பு, மற்றும் இந்த ஈடுபாடு என்பது அகில உலகிலும் மிக அற்புதமான செய்தியாகும், ஆனால் அது நீண்டதும், பயமுறுத்தக்கூடியதும், அச்சுறுத்தக்கூடியதும், எங்கும் ஒளிந்துக்கொள்ள முடியாத நெருக்கடியாகவும் மாற்றப்படுகிறது.

நீங்கள் சவுல் மற்றும் ஏகூதுக்குள் இருந்த நெருக்கடியைப் பார்க்கலாம். அவர்கள் தேவனைப் பற்றிய தங்கள் சொந்தப் பார்வையையும் அதோடு ஒத்துப்போகும் ஒரு மதத்தையும் வைத்திருந்தார்கள். இயேசு மனந்திரும்ப வேண்டுமென்று அவர்கள் விரும்பினார்கள். தேவனைக் குறித்த தமது பார்வையை இயேசு கைவிட்டு அவர்களோடு உறுதிப்பட வேண்டுமென்று விரும்பினார்கள். அவர் செய்யப் போவதில்லை. எனவே, அவரது பிரசன்னத்தின் நெருக்கடியில் அவர்கள் வாழ்ந்து வந்தார்கள். நாமும் அவ்வாறே வாழ்கிறோம்.

நாம் இயேசு கிறிஸ்துவுடனான ஓர் உறவில் வாழ்கிறோம். இந்த உறவில், இயேசுவானவர், பிதா மற்றும் ஆவியானவருடனான தனது ஐக்கியத்தை நம்முடன் பகிர்ந்துக்கொள்கிறார். ஆனால் அது நம் மனங்களுக்குப் புரிவதே இல்லை. அது நமது சிந்தனைக்கு அந்நியமானதாய் - நினைத்துப் பார்க்க முடியாததாய் இருக்கிறது.

---

1 ஜேம்ஸ் பி. டோரன்ஸ், ஆராதனை, சமுதாயம் மற்றும் கிருபையின் திரித்துவ தேவன் (கார்லிஸ்லி: பேடர்னோஸ்டர் பதிப்பகம் 1996), பக்.25, (டவுனர்ஸ் க்ரூவ்: இன்டர் வார்சிட்டி பதிப்பகம், 1996), பக். 36

சவுல் மற்றும் ஏகூதைப் போன்று, நாம் தற்போதுள்ள நமது பார்வையில், இயேசுவை ஒருங்கிணைத்து பொருத்திக்கொள்வதில் குறியாய் இருக்கிறோம். ஆனால், அது நம்மால் முடியாது. ஆகவே, பிதாவை அறிந்த குமாரனின் பிரசன்னம் நம் வாழ்க்கையை குறிவைத்துத் தாக்குகிறது. நாம் முழுமையாக அறிந்திருக்கிறோம் என்று நாம் நினைத்துக் கொண்டிருக்கும் எல்லாவற்றிற்கும், மாபெரும் மறுவிளக்கத்தைக் கட்டளையிடுகிறது.

பார்வையின் முரண்பாடே இங்கு பிரச்சனையாக இருக்கிறது. ஒன்று இயேசு தனது மனதை இழந்திருக்க வேண்டும் அல்லது நாம் இழந்திருக்க வேண்டும். இந்த விவாதம் அரங்கேறும் இடமே வாழ்வுதான்.

பகுதி 1

வௌவால்களைப் போல் குருடராய்

அதிகாரம் 1

மகாப் பேரழிவு

நான் உங்களுக்கு ஒரு ஆச்சரியமான உண்மையைக் கூற விரும்புகிறேன். இயேசு தன்னையும் தன்னிலுள்ள அனைத்தையும் நம்முடன் பகிர்ந்துக்கொள்கிறார். இது நம்முடைய வாழ்க்கையில் கிடைத்த மிகப் பெரிய பரிசாக இருக்கிறது. ஏனினும், நாம் வேறொன்றை கடுமையாகச் சிந்திக்கும் வரை, இதை அனுபவிப்பது கூடாதக்காரியம். “குமாரனையன்றி வேறொருவனும் பிதாவை அறியான்” என்று இயேசு சொல்லும் பொழுது, அவர் பாவம் மற்றும் ஒப்புரவாகுதல் பிரச்சனைக் குறித்து சொல்கிறார். நம்மில் அநேகர் பாவம் என்றாலே பத்துக் கட்டளைகளை மீறுவது என்ற சட்டரீதியான வழக்கத்தில் சிந்திக்கவே பயிற்றுவிக்கப்பட்டுள்ளோம். ஆனால், “குமாரனையன்றி வேறொருவனும் பிதாவை அறியான்” என்று இயேசு சொல்லும் பொழுது, பாவம் என்பது நியாயப்பிரமாணத்தை மீறுவதைக் காட்டிலும் மிகவும் அழிவுக்குரியது என்ற கருத்துடன் அவர் நம்மை எதிர்கொள்கிறார். இயேசு போதிப்பதைப் போன்று, பிதாவை அறிவதே நித்திய ஜீவன் (யோவான் 17:3) என்றால், பிதாவை அறியாமல் இருப்பதே நித்திய மரணம். அப்படி நாம் அறியாமல் இருப்பதற்கு காரணம் பாவமே. நாம் பிதாவை அறிந்து கொள்ள முடியாத அளவுக்கு பாவம் நம்மை மிகவும் தவறான வழிநடத்துதலிலும், குருட்டாட்டத்திலும் வைத்துள்ளது.[2]

பாவப் பிரச்சனையும் ஒப்புரவாகுதலும் நியாயப்பிரமாணத்தை மீறுவதைக் காட்டிலும்

---

2 விழுந்துபோன மனது மற்றும் ஒப்புரவாக்குதலில் உள்ள தவிர்கமுடியாத வலியைக் குறித்த எனது வாதம், பேராசிரியர் **T.F.** டோரன்ஸ் அவர்களின் படைப்பின் ஆழமான தியானத்திலிருந்து வெளி வருவதாகும். என்னைப் பொருத்தவரை, ஒப்புரவாக்குதல் – தேவனை அறிவதும் மனம் மாறுவது மற்றும் வெளிப்பாடு ஆகியவை பிரிக்க முடியாதவை என்பதில் உறுதியாய் இருந்ததே, கிறிஸ்தவ சிந்தனைக்கு அவர் ஆற்றிய மாபெரும் பங்களிப்பு என்று நான் கருதுகிறேன். தேவனை வெளிப்படுத்துவது மற்றும் சத்தியத்தை உணர தேவையான மனமாற்றம் ஆகிய இவ்விரண்டையும் ஒன்றிணைத்து, பேராசிரியர் டோரன்ஸ் – தன் சகோதரர் ஜேம்ஸுடன் இணைந்து புதிய இறையியல் பார்வையையும், புதிய தொலை நோக்கு கேள்விகளின் தொடரையும் உருவாக்கியுள்ளனர். இந்தப் பிரச்சனைகளை நாம் சிந்திக்க முற்படும்போது, ஆதிகால திருச்சபையின் அன்புள்ள ஆத்துமாக்களுடைய பெரும் தலைவர்ளை நாம் காண்பது தற்செய்லானதல்ல. அதில் குறிப்பாக இங்கு **T.F.** டோரன்ஸ் அவர்களின் புத்தகங்களான, கிறிஸ்துவின் மத்தியஸ்தானம் (கிராண்ட் ரேப்பிட்ஸ்: எர்ட்மான்ஸ் பதிப்பக நிறுவனம்., மறுபதிப்பு 1982), இடம், நேரம் மற்றும் உயிர்த்தெழுதல் (எடின்பர்க்: த ஹேண்ட்செல் பதிப்பகம், 1976), திரித்துவ விசுவாசம் (எடின்பர்க்: **T** & **T** கிளார்க், 1988), மற்றும் அவரது கட்டுரையான “கிறிஸ்துவின் பரிகார கீழ்படிதல்” (மோராவியன் இறையியல் பாடசாலை புல்லட்டின், 1959, பக். 65-81). மேலும் வாசிக்க தூய. இரேனியஸ் மற்றும் தூய. அத்தனேஸியஸ் ஆகியோரின் எழுத்துக்கள். மேலும் வாசிக்க உதவும் குறிப்பு இப்புத்தகத்தின் பின்புறம் உள்ளது, எனது புத்தகமான, மாபெரும் நடனம் (ஜாக்சன், மிசிஸிப்பி: பெரிகோரஸிஸ் பதிப்பகம், 2000 மற்றும் வான்கோவர்: ரிஜென்ட் கல்லூரி வெளியீடு, 2005).

பெரிய பிரச்சனைக்குரியதாக உள்ளது. என் நண்பர் பால் லிவெரென்ஸ் சொல்வதைப் போன்று, "நாம் எத்தனை நியாயப்பிரமாணங்களை மீறினோம் என்பதை விடவும், அதற்கு எவ்வளவு பெரிய தண்டனைக்குரியவர்களாய் இருக்கிறோம் என்பதை விடவும், இந்தப் பிரச்சனை மாபெரும் கேடுவிளைவிப்பதாயுள்ளது". பாவம் கீழ்ப்படியாமையை விட கொடியது. பாவத்தின் ஆழமான பிரச்சனை என்னவென்றால், நாம் பிதாவை அறிய முடியாதபடிக்கு நம்மை முற்றிலும் திராணியற்றவர்களாக்கிவிடுகிறது. நாம் பிதாவின் இருதயத்தை அறிந்துகொள்ளவே முடியாதபடிக்கு, இது நமக்கு முற்றிலும் தவறான கண்ணோட்டத்தைத் தருவதுமட்டுமல்லாமல்; நம்மால் பிதாவின் முகத்தைப் பார்க்க முடியாதபடி குருடாக்குகிறது. பிதாவின் இருதயத்தை அறியாதபடியினால், நம் வாழ்வில் உண்மையான நிச்சயமும், நம்பிக்கையும் இல்லாமல் போகிறது. நம்மால் அவருடைய முகத்தைப் பார்க்க முடியவில்லை என்றால், அவரது பரிபூரண அன்பிலும், அவரது நித்திய அரவணைப்பின் சந்தோஷம் மற்றும் பாதுகாப்பிலும் விடுதலையாய் வாழும் சாத்தியக்கூறு அற்றவர்களாகி விடுகிறோம்.

ஒப்புரவாக்குதல் என்பது தண்டனையைப் பற்றியதல்ல. ஆவியில் குமாரன் மூலமாய் பிதாவானவர் நம்மை வந்தடைவதே ஒப்புரவாக்குதல் ஆகும். குமாரன் நமது எல்லா குழப்பத்தின் உலகத்தையும் கடந்து, நம்மோடு ஓர் மெய்யான உறவை ஏற்படுத்தி, அதன் மூலம் நம் விழுந்து போன மனங்களை மாற்றி, நாமும் பிதாவை அறிந்து வாழ வழிவகுத்ததே ஒப்புரவாக்குதல் ஆகும்.

வேதாகமத்தின் கதை என்பது திரியேக தேவனின் அன்பினால் இழுத்துச் செல்லப்படுகிறது, இந்த அன்பின் *உறவில்,* ஒரு புறம் தேவனும், மறுபுறம் ஆதாம், இஸ்ரவேல் மற்றும் மனுக்குலமும் உள்ளது. இந்த உறவில் பிதாவானவர் பேசுகிறார், வெளிப்படுத்துகிறார், கொடுக்கிறார். ஆகவே, மனிதகுலமானது பிதாவின் அன்பைக் கேட்கவும், அறிந்துக்கொள்ளவும், பெற்றுக்கொள்ளவும் அழைக்கப்பட்டிருக்கிறது. பிதாவின் சத்தத்தை கேட்பதன் மூலமாகவும், அவரது உறுதிப்படுத்தும் வார்த்தைகளை அறிந்து கொள்வதன் மூலமாகவும், அன்பைப் பெற்றுக்கொள்வதன் மூலமாகவும், மனிதகுலம் தன்னால் உருவாக்க முடியாத, அல்லது தன்னிடமில்லாத பரிபூரண ஜீவனை அடைகிறது. இந்த பரிபூரண ஜீவன் ஒருவரோடு ஒருவர் உள்ள நமது உறவுகளிலும் மற்றும் எல்லா சிருஷ்டிப்பிலும் நிரம்பி வழிகிறதாயும் உள்ளது.

சிருஷ்டிகளாகிய, நமக்குள் தானாகவே ஜீவன் இருப்பதில்லை. ஜீவன் என்பது ஓர் அன்பளிப்பாகும். பிதாவுடைய இன்பத்தையும் பூரிப்பையும் குறித்த *ஆத்தும அறிவிலும்,* அவருடன் உள்ள ஐக்கியத்திலும் ஜீவனை அனுபவிக்கும்படியாகவுமே வடிவமைக்கப்பட்டுள்ளோம் அல்லது *இணைக்கப்பட்டுள்ளோம்.* கவனியுங்கள்: தெய்வீக நபரின் கட்டளைக்கோ அல்லது தெய்வீக ஆளுகையின் கட்டளைகளுக்கோ மதரீதியாக கீழ்படிவதற்கும், பிதாவின் இருதயத்தை ஆத்மார்த்தமாக அறிவதற்கும் பெரிய வித்தியாசம் உண்டு. பிதா நம்மில் மகிழ்ச்சியாயிருப்பதை நாம் அறிந்து கொள்ளும்பொழுது, நமக்கு நாமே செய்து கொள்ள முடியாத, சரியானதை செய்யும் திறனை விட ஆழமான ஒன்று, நமக்குள் தானாகவே சம்பவிக்கிறது: நாம் நம்பிக்கையால் உயிர் பெறுகிறோம். நாம் பிதாவின் உண்மையான முகத்தைப் பார்க்கும் பொழுது, இவ்வுலகத்திற்குரியதல்லாத ஓர் தெய்வீக நிச்சயம், பாதுகாப்பு, மற்றும் உறுதியில் நம் ஆத்துமா மூழ்குகிறது. இந்த உறுதியினிமித்தம், விழிப்புணர்ச்சியும், விழிப்புணர்ச்சியினிமித்தம் விடுதலையும் - எழுந்து நிற்கவும், நடக்கவும், ஆபத்துக்களைச் சந்திக்கவும், துணிவுடன் முன் செல்லும் விடுதலையையும் பெறுகிறோம்.

ஆனால் இது துவக்கம் மட்டுமே. நமது பரம தகப்பன் அளிக்கும் இந்த

நம்பிக்கையினிமித்தம், நமக்கு கொடுக்கவும் பெற்றுக் கொள்ளவும், அறியவும் அறியப்படவும், அன்பு கூறவும் அன்பு கூறப்படவும் விடுதலையாயிருக்கிறோம். இந்த விடுதலையிலே மெய்யான உறவுகள் உருவாகி, கற்பனைத் திறன்கள் கட்டவிழ்க்கப்பட்டு, சிருஷ்டியானது தனது உண்மையான நண்பனைக் கண்டு பிடிக்கிறது. திரித்துவ தேவனின் ஆசீர்வதிக்கப்பட்ட ராஜ்யம் இப்படியாகத்தான் இயங்குகிறது. நாம் பிதாவின் இருதயத்தை ஆவிக்குரிய அறிவினால் அறிந்துகொள்வதினால் ஜீவனை அடைந்து உயிர்பிக்கப்பட்டு, இந்த ஜீவன் மற்றவர்களை மையமாய் கொண்ட அன்பினால் நம்மை நிறைத்து, அந்த அன்பு மற்றவர்கள் மேலும், சிருடிப்பின் மேலும், நிரம்பி வழிந்து ஓடத்தக்கதாகவே வடிவமைக்கப்பட்டுள்ளோம்.

ஆனால், நம்மால் தேவனுடைய சத்தத்தைக் கேட்க முடியாவிட்டால் என்ன நடக்கும்? ஆதாமுக்கும், இஸ்ரவேலுக்கும், மனுக்குலத்துக்கும் என்ன நடக்கிறது? நாம் அவரது முகத்தைப் பார்க்காவிட்டால் நமக்கும் மற்ற சிருஷ்டிப்புகளுக்குமிடையில் உள்ள உறவுக்கு என்ன நடக்கிறது? நாம் நம்முடைய தவறான புரிந்துகொள்ளுதல் மற்றும் குருட்டாட்டத்தாலும் தேவனுடைய இருதயத்தைப் அறிய முடியாதவர்களாய் இருந்து, அதனிமித்தம் அவரது எல்லையற்ற அன்பை பெற்றுக்கொள்ள முடியாமலும் அவர் நம்மை கைவிடுவதில்லை என்பதை நம்ப முடியாமலும் போய்விட்டால் என்ன நடக்கும் ?

ஆதாமுக்கும் ஏவாளுக்கும் ஏற்பட்ட மாபெரும் பேரழிவு என்பது அவர்கள் பாவம் செய்துவிட்டனர் என்பதாலோ அல்லது தெய்வீகக் கட்டளைக்கு கீழ்ப்படியாமல் மீறி விட்டனர் என்பதாலோ அல்ல. மாறாக, பேரழிவு என்னவென்றால் அவர்கள் சத்துருவின் பொய்யை நம்பி குருடரானார்கள். “குருடர்” என்று நான் இங்கு சொல்லும் பொழுது, சரீரப் பிரகாரமாக பார்வை திறனற்றவர்களானார்கள் என்பதைப் பற்றி சொல்லவில்லை. நான் சொல்வது என்னவென்றால், நிஜத்தைப் பற்றிய அவர்களது கண்ணோட்டம் திரிந்துப்போனது; அது மிகவும் திரிந்துவிட்டதால் அவர்களால் தேவனையும் தங்களையும் குறித்த மெய்யான சத்தியத்தை உணர முடியாமல் போனது.

நாம், பிதாவின் இருதயத்தை அறிந்து ஜீவனை அனுபவிக்கும்படியாகவும், உறுதி மற்றும் சந்தோஷமளிக்கும் அவரது சத்தத்தைக் கேட்டு, அவருடைய உதாரத்துவமான அணைப்பை உணர்ந்து வாழும்படியாக நாம் வடிவமைக்கப்பட்டிருப்போமானால், பிதாவை அறியக்கூடாதபடி குருடராய் இருப்பதே, நமக்கு நேர்ந்த மாபெரும் பேரழிவாய் இருக்க முடியும்.

ஆதாமும் ஏவாளும், பிதாவின் அன்பின் சத்தத்தைக் கேட்பதிலிருந்தும், அவரை அறிவதிலிருந்தும், அவரிடமிருந்து பெற்றுக்கொள்வதிலிருந்தும் விலகி, தங்களை செடிகளுக்குள் ஒளித்துக் கொண்டார்கள். அவர்களுடைய உள்ளான பார்வை முற்றிலும் மாறுபாடானதாகி - *மிகவும் விழுந்து போனது* - எந்த அளவிற்கு என்றால், அதன்பின்பு அவர்களுக்கு பிதாவின் இருதயத்தைக் குறித்து தெளிவான கண்ணோட்டம் இல்லாமல் போயிற்று. அதுமட்டுமில்லாமல், பிதாவின் இருதயத்திற்கு பதிலாக, அவர்களது விழுந்து போன மனமானது, அவர்கள் இருதயங்களை பயத்தாலும், அவர்கள் ஆத்துமாக்களை கவலை மற்றும் நம்பிக்கையின்மையினாலும் நிறைக்கும் புதிய தெய்வங்களையும், புராணக் கதைகளின் தெய்வங்களையும் உண்டாக்கி இன்னும் மோசமாக்கிற்று. அவர்கள் ஒளிந்துக் கொண்டார்கள் - அந்த தெய்வத்திடமிருந்தும், தங்களிடமிருந்தும், ஒருவரிடமிருந்து மற்றொருவரும் தங்களை ஒளித்து தனிமைப் படுத்திக் கொண்டார்கள். இழப்பு, குற்றமனசாட்சி மற்றும் கலக்கத்தின் உணர்வே அவர்களுக்கு மிஞ்சியது. அவர்கள் சுய-நலவாதிகளும், தங்களைத் தாங்களே காப்பவர்களும், கசப்புடையவர்களும், கோபம்

நிறைந்தவர்களும், மன அழுத்தம் மற்றும் பயங்கரமான கவலையுள்ளவர்களுமாய் ஆனார்கள்.

பாவத்தின் பிரச்சனை என்பது வெறும் நியாயப்பிரமாணங்களை மீறுவதைக்காட்டிலும் ஆழமானது. நாம் இந்த ஆழமான பிரச்சனையைப் பார்க்காவிட்டால், நாம் கிறிஸ்துவில் ஒப்புரவாக்கப்பட்டதைப் பற்றியும், நாம் வாழ்வதின் நோக்கம் மற்றும் போராட்டங்கள் ஆகியவைகளைக் குறித்தும் மேலோட்டமான புரிதலுள்ளவர்களாகிவிடுவோம். தெளிவாகச் சிந்திக்கக்கூடிய நமது மனதை இழந்து, நாம் பிதாவின் அன்பையும் நன்மைகளையும் காண முடியாதவர்களாக இருக்கும்படி செய்து, அதனிமித்தம் அவர் அளிக்கும் உன்னதமான நிச்சயம் மற்றும் ஆசிர்வாதத்தில் நம்மை விடுதலையோடு வாழவிடாதபடி செய்வதே பாவமாகும். நாம் பயத்தோடும், கவலையோடும், பயங்கரத்தோடும் நம் வாழ்வைத் தனித்து வாழும்படி கைவிடப்பட்டவர்களாகிறோம். அத்தகைய உணர்ச்சிகள் ஒளிந்துகொள்ளுதல், உடைக்கப்படுதல், கசப்பு, எரிச்சல் மற்றும் கலவரம் என்பவைகளின் உலகமாகிய சுய-நலம், சுய-பாதுகாப்பு என்பனவற்றை உருவாக்குகிறது.

அதிகாரம் 2

ஜானும் சார்லியும்

நமது உள்ளான பார்வை திரிக்கப்பட்டுள்ளது என்றால் என்ன என்பதைப் பற்றி ஒரு உதாரணத்தைக் கொடுக்க விரும்புகிறேன். என் நண்பனான ஜானுக்கு ஆறு வயதான போது, அவனுடைய மாமாவான பாப் அவனுக்கு ஒரு கருப்பு மற்றும் வெள்ளை நிறமுடைய ஒரு பார்டர் கோலி (**border collie**) வகை நாய்க்குட்டியைக் கொடுத்தார். இன்றைய நாள் வரைக்கும் அவனுக்குக் கிடைத்த மிக சிறந்த பரிசு அந்த நாய்குட்டிதான் என்று அவன் சொல்வான். அந்தப் பரிசு இவ்வளவு சிறப்பான ஒன்றாக இருக்க போகிறதென்பது அவனுக்கு அப்பொழுதுத் தெரியாது. அவன் மிகவும் மெய்சிலிர்த்து தன் புதிய நாய்க்குச் சார்லி என்று பெயர் சூட்டினான். நிச்சயமாகவே, பார்டர் கோலி வகை நாய்கள் அறிவுத்திரன் மிக்கதும், அன்புகூற ஏற்றதுமாய் அறியப்பட்டவை என்பதை நான் அறிந்திருந்தேன். அந்த நாய்க்குட்டியைக் கண்டவுடன், அதன் மீது அவனுக்குள் ஒருவிதமான பாசம் உண்டானது. சார்லியை ஜானிடம் விட்டமாத்திரத்தில் அவனுக்கு அதன்மீது அன்பின் பிணைப்பு ஏற்பட்டுவிட்டது . அந்த நிமிடம் முதற்கொண்டு ஜானும் சார்லியும் இணைபிரியாதவர்களாய் மாறிப்போயினர். சார்லியும் ஜானை காந்தமாய் பற்றிக் கொண்டது. அது அணில் வேட்டையோ அல்லது காட்டுப்பாதையில் நடப்பதோ, ஓடையில் நீந்துவதோ, பேஸ்பால் விளையாடுவதோ அல்லது பின் தாழ்வாரத்தில் அமர்ந்து பட்டானிகளை தோலுரிப்பதோ, ஜான் அங்கிருந்தால் சார்லியும் அங்கு இருக்கும்.

சார்லி பூமியிலேயே மிகவும் சந்தோஷமான நாயாகத் தோன்றியது. சார்லி, மிகவும் உற்சாகமாகவும் உயிரோட்டமுள்ளதாகவும், வேலைசெய்வதற்கும், மற்றும் ஜானை பாதுகாப்பதற்கும் எந்நேரமும் ஆயத்தமாக இருந்தது. ஞாயிறு காலை தேவாலயத்திற்குச் செல்லும் நேரத்தைத் தவிர வேறெங்கும் சார்லியை பிரிவது என்பது ஜானால் நினைத்துக் கூட பார்க்க முடியாத ஒன்றாய் இருந்தது. ஒவ்வொரு நாளும் மாலையில், வழக்கம் போல, ஜான் அவனுடைய படுக்கையினருகே இருக்கும் சார்லியின் காதுகளை நீவிவிட்டு, அது தன்னருகே இருப்பதால் சௌகர்யமாய் தூங்குவான்.

ஆனால் ஜானின் பன்னிரண்டாவது பிறந்தநாளின் போது சார்லி மரித்துப்போனது. அது எப்படி சம்பவித்தது என்று ஜான் எனக்கு சொல்லவில்லை; நானும் அதைப் பற்றிக் கேட்கவில்லை. நான் கவனித்துக் கொண்டிருந்தப்பொழுது இத்தனை வருடங்கள் கழித்தும் அவன் கண்களில் கண்ணீரைப் பார்த்தேன். சார்லி மரித்த அன்று, தன் இருதயம் இரண்டாய் உடைந்ததைப் போன்று உணர்ந்ததாய் அவன் சொன்னான். கண்களிலிருந்து கண்ணீர் ஆறாய் பெருக்கெடுக்க, உயிரற்ற சார்லியின் சரீரத்தை தூக்கினவனாய், ஒரு மண்வெட்டியை எடுத்துக் கொண்டு தன் வீட்டின் பின்புறம் இருந்த காலி இடத்தில் ஒரு குழியை வெட்டி, உடைந்தப் படகின் துடுப்பினால் ஒரு சிலுவையை செய்து அதை சில

அறுந்த பழைய கயிறுகளால் கட்டினதாகச் சொன்னான். பின் சார்லியை அடக்கம் பண்ணி ஒரு சிறு ஜெபத்தைச் செய்தான்.

உடைக்கப்பட்ட இருதயத்தோடு தனது வீட்டின் பின்புறம் சென்று, பின் தாழ்வாரத்தில் நின்றுக் கொண்டு சத்தமிட்டு அழுது கொண்டிருந்தான். அவனுடைய உண்மையான மற்றும் எப்போதும் உடனிருந்த நண்பன் நிரந்தரமாக மறைந்துவிட்டது. இனி வாகனங்களைக் கண்டு அது குரைக்கப் போவதில்லை, அது நிலா வெளிச்சத்தில் ரக்கூன்களைக் கண்டு உறுமப்போவதில்லை, இனி ஒருபோதும் அவனது மிதிவண்டியின் பின் போட்டிப்போட்டு ஓடி வரப்போவதில்லை, தன்னோடு ஓடையில் நீச்சலடிக்கப் போவதுமில்லை அல்லது காலையில் அவனை எழுப்பிவிடப் போவதுமில்லை. ஜான், தன் இருதயத்தில் ஓர் தாங்கொண்ணாத் தனிமையின் குளிர்ந்த காற்று வீசுவதை உணர்ந்தான். அவன், பின் தாழ்வாரத்தில் நின்று பல மணி நேரங்கள் அழுததாகச் சொன்னான்.

அன்று ஜானுடைய பெற்றோரும் சகோதரர்களும் அத்தையும் மாமாவும் மேலும் சிலரும் அவன் வீட்டிலிருந்தார்கள். அத்தனை நபர்கள் அவனை சுற்றி இருந்தாலும் ஒருவரும் அங்கு என்ன நடந்தது என்பதைக் கண்டுகொள்ளவில்லை. பன்னிரண்டு வயதான ஜான், தனது பிரியமான சார்லியை இழந்து அங்கு நின்றுக் கொண்டிருந்தான். ஒருவரும் அவனுக்கு ஆறுதல் கூற வெளியே வரவில்லை. அவனை அரவணைக்கோவோ, அவன் கண்ணீரில் பங்கெடுக்கவோ, புதியதாக நாய் ஒன்று வாங்கித் தருகிறோம் என்று சொல்லவோ அல்லது குறைந்தப் பட்சம் பரலோகத்தில் குதிரைகள் இருக்கின்றன என்று வெளிப்படுத்தின விசேஷத்தில் எழுதியிருக்கிறபடி, நீ உன்னுடைய சார்லியுடன் பரலோகத்தில் மீண்டும் ஒன்று சேரலாம் என்று சொல்லக் கூட யாரும் வரவில்லை. ஜான் அந்த வலியோடு தனிமையில் அங்கு நின்றுகொண்டிருந்தான்.

ஜான், சார்லியின் கதையை என்னிடம் சொல்லிக் கொண்டிருக்கும்போதே, கண்ணீரோடு புன்னகைத்தான். பின் என்னிடமாய் திரும்பி, “பேக்ஸ்டர், அன்று மதியம் பின் தாழ்வாரத்தில் நான் இருந்தப்பொழுது, நான் ஒரு பொருட்டல்ல, நான் மதிப்பற்றவன் என்றும், எனது உணர்வுகளுக்கு மதிப்பில்லை என்றும் நான் அறிந்துக்கொண்டேன்.” என்று சொன்னான்.

சார்லியின் மரணமும், ஜானை சுற்றி இருந்தவர்களின் அலட்சியமும், “நான் முக்கியமானவனல்ல” என்ற பயங்கரமான சத்தத்தை அவனுடைய ஆத்துமாவில் கேட்பதற்கான வழியைத் திறந்துவிட்டன. நிச்சயமாக நம்மைப்போன்றே, ஜானும் இந்த மெல்லிய சத்தத்தை, முன்னமே பல தருணங்களில் பல வழிகளில் பலமுறை கேட்டிருக்கலாம். ஆனால், சார்லி மரித்த அன்று, பிரபஞ்சத்தில் தனி ஒருவராய் ஜான் நின்ற பொழுது, அந்த மெல்லிய சத்தமே ஜானின் மனதில் ஏதோ ஓர் இடத்தில் அசைக்க முடியாத *முடிவாக* மாறிற்று. அது இனிமேல் *யோசனையாய்* இல்லாமல், இப்பொழுது ஒரு *நம்பிக்கையாகவே* மாறிவிட்டது. அப்படிப்பட்ட ஒரு நம்பிக்கையானது, அவன் தன்னைக் குறித்துப் பார்த்த விதத்தையே மாற்றினது. அது அவனுடைய உண்மையான சாயலையும், தனித்தன்மையையும் மாற்றியமைத்துவிட்டது. இந்த உருக்குலைந்த சாயலைக் கொடுத்த அவனுடைய தவறான நம்பிக்கையானது, அவனையுமறியாத ஒரு கண்ணாடியின் மூலமாய் உலகத்தையும், அவனை சுற்றியிருப்பவர்களையும் பார்க்கும்படி திரித்துவிட்டது. அவன் கடந்து வந்த ஒவ்வொரு முகத்திலும், நிகழ்விலும், செயலிலும், வார்த்தையிலும், ஒவ்வொரு எண்ணத்திலும் ஒரு பெரும் படக்காட்சி இயந்திரத்தைப் போன்று, ஜானின் இருதயம் அவனுடைய தவறான நம்பிக்கைகளைப் பிரதிபலித்துக் கொண்டே இருந்தது. அவன் எங்குப் பார்த்தாலும், நான் முக்கியமானவன் அல்ல என்ற அவனுடைய இருதயத்தின் ஆழமான தவறான நம்பிக்கையை உறுதிப்படுத்துவதாக

இருந்தது.

ஏமாற்றத்தின் தீய சக்திகள் ஜானின் எதிர்காலத்தின் கொல்லைப்புறத்தில் ஏற்கனவே தங்கள் கூடாரங்களைப் போட்டிருப்பதைப் பார்ப்பது எவ்வளவு கடினமாக உள்ளது? நான் முக்கியமானவன் என்பதை நிருபிப்பதற்கு எப்படி ஜான் அடுத்து வரும் முப்பது அல்லது அதற்கு மேற்பட்ட வருஷங்களை கடத்துவார் என்பதை எளிதாய் பார்க்க முடிகிறதல்லவா? தனக்கும் மதிப்புண்டு என்பதை எல்லோரும் பார்க்கும் வகையில் எங்கேயாவது எப்போதாவது நிரூபிக்கவும், தானும் ஒரு *முக்கியமானவன்*, நான் இங்கு *இருப்பதும்* முக்கியம் என்பதை நிரூபிக்கவும் ஜானின் காயங்கள் அவனை ஏவுகிறதை உங்களால் பார்க்க முடிகிறதா? இந்நிலையில், அவன் எப்போதும் தன் வேலையை கட்டிக்கொண்டு அழும் நபராகவே இருக்க நினைப்பான் அல்லது அதற்கு அப்படியே மாறாக தாங்கமுடியாத வலியோடு தன்னை முற்றிலும் மறைத்துக்கொள்ளும் மன அழுத்தம் நிறைந்த நபராக இருப்பான். ஜான் குடிப்பழக்கத்தின் மூலமாகக் கூட தன் வலியை மறக்க முயிற்சிப்பான் என்பதை நம்மால் புரிந்துக்கொள்ள முடிகிறதல்லவா? இந்த வலி தாங்கமுடியாதது. “நான் முக்கியமானவனல்ல” என்பது ஒரு அறிவு சார்ந்த தத்துவமல்ல; அது அவனுடைய ஆழமான நம்பிக்கையாகிவிட்டது. இது ஒரு சுருண்டுக் கிடக்கும் பாம்பு எந்த நேரத்திலும் தாக்கும் என்பதைப் போன்ற கொடூரமான வலி. இந்த பொய்யான நம்பிக்கையினிமித்தம் ஜான் வேதனையை அனுபவித்துக் கொண்டிருக்கும் பொழுது, எல்லாம் சரியாக இருப்பதைப் போன்று நடிப்பதா? அவன் நன்றாகவே இருப்பதைப் போன்று காண்பித்துக் கொள்வதா? ஜான் என்ன செய்வது?

சனிக்கிழமைகளில், ஜான் கோல்ஃப் விளையாடுகிறான், வேட்டையாடுகிறான் அல்லது மீன் பிடிக்க செல்கிறான் ஆனாலும், விளையாடுவது என்றால் என்ன என்பதையே உணராதவனாகக் காணப்படுகிறான். விசித்திரமாய்த் தோன்றுகிறதா? ஜானுக்கு பாராட்டுகளை ஏற்றுக்கொள்வதில் சிக்கல் இருக்கிறது. அவனுடைய வேலை தொழில் நேர்த்தியை, கற்பனை திறத்தை யாராவது புகழ்ந்து பேசினால் அவர்களுடைய கண்களை பார்ப்பதை தவிர்க்கிறான். இது கேட்பதற்கு புதுமையாக இருக்கிறதா? அதே சமயம் மற்றவர்களின் பாராட்டுகளை பெறவும் அவன் மிகவும் அதிகமாக ஏங்குகிறான் ஆனால் அது நடக்கும் போது அதை எப்படி ஏற்றுக்கொள்வது என்பது அவனுக்கு தெரியவில்லை. தன் ஆத்துமாவின் இருளான குகையின் ஏதோ ஒரு பகுதியில், தான் முக்கியமானவனல்ல என்று ஜான் *நம்புகிறான்.* எனவே, தனது மனைவியிடமிருந்தோ, மகளிடமிருந்தோ அல்லது நண்பரிடமிருந்தோ வரும் அன்போ, அல்லது அவனுக்கு கொடுக்கப்படும் பாராட்டுகளோ, அல்லது மற்ற எதுவும் அவனுக்கு உண்மையாகத் தோன்றாது.

“நான் ஏற்றுக்கொள்ளப்படாதவன்” என்ற உணர்வு அவனது ஆத்துமாவில் வேரூன்றியிருப்பதால், ஜான் தான் பார்க்கும் எல்லா இடத்திலும், ஏன் அவனுக்கு கிடைக்கும் பெரும் அன்பளிப்புகளிலும் கூட நிராகரிப்பையே பார்க்க முற்படுவார். ஆத்துமாவில் எளிதில் உணர்ச்சிவசப்படும் நிலையில் இருப்பதால் ஒரு சிறு அலட்சியமான செயலும் கூட அவனுடைய பழைய காயங்களை கிளறிவிடுகிறது, எனவே அவன் அவ்விடத்தைவிட்டு ஓடி விடவோ, மறைந்துக் கொள்ளவோ தன்னை தனிமை படுத்திக்கொள்ளவோ செய்கிறான். ஜானின் மனைவியைப் பற்றி நினைத்துப் பாருங்கள். அவர்களால் எப்படிப் புரிந்து கொள்ள முடியும் ? ஜானுடைய வலியைப் போக்க ஏதாவது ஒன்றைச் செய்ய வேண்டும் அல்லது அவனுக்காக விசேஷமானவளாக இருக்க வேண்டும் என்ற ஒரு தொடர்ச்சியான அழுத்தத்திலேயே இருப்பாள் அல்லவா? நிச்சயமாகவே, அவள் தன் முழு இருதயத்தோடு காரியங்களை சரி செய்யவும்,

அவனுடைய இருதயத்தின் தேவைகளை அறிந்து அவைகளை சமநிலையில் கையாளவும் முயற்சிப்பாள். ஆனால் அது தீர்வைத் தராது. அவள் எப்படி தனது கணவனில் உள்ள காயப்பட்ட சிறுவனை சுகமாக்குவது? அவள் என்ன செய்தாலும் அது போதுமானதாகவோ அல்லது சரியானதாகவோ இருக்காது. அவளது சிறந்த முயற்சிகளையும் கூட ஜான் தனது தவறான திரிக்கப்பட்ட நம்பிக்கையின் சான்றாக உணருவானல்லவா? இதை சிந்தியுங்கள். நாம் மற்றவர்களுடன் நெருங்கிப் பழகும்போது அவர்களுடைய ஆழ் மனதிற்கு உதவி தேவை என்று தெளிவாக புரிந்துக்கொள்ள முடியுமல்லவா ?

இதை அவள் எவ்வளவு காலம் சோர்வடையாமல் செய்யக் கூடும்? எளிதில் உணர்ச்சி வசப்படக்கூடிய அவனுடைய இருதயத்தை காயப்படுத்திவிடக்கூடாது என்ற கவனத்தில் எவ்வளவு காலம் மிகுந்த ஜாக்கிரதையோடு நடந்துக்கொள்ள முடியும்?. ஜான் தன்னுடைய சிறையிருப்பிலிருந்து விடுதலையைத் தேடிக் கொண்டிருக்கும்போதோ அல்லது தன்னையொரு குடுவைக்குள் அடைத்துக்கொண்டிருக்கும்போதோ ஏற்படும் அவனுடைய இல்லாமையோடு எவ்வளவு காலம் அவளால் வாழ முடியும்? "நான் முக்கியத்துவமற்றவன்" என்ற எண்ணம் அவனுடைய நாடிநரம்புகளில் கலந்திருப்பதாலும், பயம் அவனுடைய இருதயத்தை நிறைத்திருப்பதினிமித்தமும், அவனுடைய வலியானது, தன்னைத்தானே காப்பாற்றிக்கொள்ள வேண்டிய நிலைமைக்கு அவனை தள்ளுகிறது. இது, அவனை ஒரு சுய-நலமான ஒட்டுண்ணியாக மாற்றுவதை உங்களால் பார்க்க முடிகிறதா? மட்டுமல்லாமல், தனக்குப் பின்பாக ஜான் ஒரு சிதைந்த அல்லது முறிந்த மனநிலையையே தடம் தடமாகவிட்டு வருகிறான் என்று காண முடிகிறதா?

ஜான் தவறான காரியங்களை செய்திருந்தாலும், பாவம் என்பது, வெறும் அவன் செய்த தவறுகளை மாத்திரம் குறிப்பிடவில்லை; அது ஏன் என்று பார்ப்பது அவ்வளவு கடினமான காரியமல்ல. பாவத்தின் பிரச்சனை என்னவென்றால், ஜானின் உள்ளான பார்வை முற்றிலும் சிதைந்து விட்டது *மற்றும்* இந்த சிதைந்த பார்வையானது, தன்னையும், வாழ்வின் அனைத்தையும், வித்தியாசமான நிறத்திலே பார்க்க வைத்தது. அது மற்றவர்களோடு அவன் தொடர்புக்கொள்ளும் விதத்தையும் பாதித்திருக்கிறது.

அதிகாரம் 3

ஸ்டேஃபேனியும் அவள் தந்தையும்

ஜானின் உள்ளான போராட்டங்கள் நமக்கு விசித்திரமானவை அல்ல. அவை அனைத்தும் மனுஷனுக்குரியதும் நன்கு அறிந்தவைகளுமாயிருக்கிறது. நம்மில் ஒவ்வொருவரும் கூட, நேர்மையாகச் சிந்திப்போமானால், நம் நல்வாழ்வை சிதைத்த பல சிறு வயதின் காயங்களை நாம் அப்படியே விட்டு கடந்து வந்துள்ளோம் என்பதை நாம் பார்க்க முடியும். நாம் ஒவ்வொருவரும் நேர்த்தியாக கவனிப்போமானால், அந்த காயங்கள் நமது தற்போதைய உறவுகளில் எவ்வளவு கடினமான சூழ்நிலைகளை உருவாக்கியுள்ளது என்பதை பார்க்க முடியும். நாம் நம் உலகத்தையும், நம்மை சுற்றியுள்ளவர்களையும் எவ்வாறு உணருகிறோம் என்பதற்கு, நம்மை குறித்து நாம் என்ன நினைக்கிறோம் என்பது மிக முக்கியம். நம்மைக் குறித்து நன்மையாகவோ, தீமையாகவோ கொண்டிருக்கும் நம் சுய-கண்ணோட்டம், நம் உறவுகளை எவ்வாறு ஆளுகை செய்கிறது என்பதற்கு மற்றுமொரு கதையை மேற்கோள் காட்ட விரும்புகிறேன்.

ஸ்டிஃபேனி அமெரிக்காவில் வசித்த ஒரு சராசரி வாலிபப்பெண். சுற்றியிருந்த உலகம் எவைகளையெல்லாம் முக்கியம் என்று கருதியதோ அவைகளை கொடுக்க அவளுடைய பெற்றோர் கடுமையாய் உழைத்தார்கள். எல்லோரையும் போன்று அவளும் சாதாரணமானவளாகவே இருந்தாள். ஆனால்வெளிப்புறமான தோற்றத்தைப் பார்க்கிலும், வேறு சில காரியங்கள் மறைவாக ஓடிக் கொண்டிருந்தது. ஸ்டிஃபேனி ஒரு துன்புறுத்தும் தந்தையின் கீழ் வளர்ந்து வந்தாள். அவர் ஒரு கெட்ட மனிதரோ அல்லது அவளை சரீர பிரகாரமாக துன்புறுத்திய மனிதரோ அல்ல. அவர் எப்போதும் குறை கூறுபவராகவும், அவளால் தன்னை திருப்தியடையச் செய்ய முடியாது என்பதை ஒவ்வொரு தருணத்திலும் உறுதிப்படுத்திக் கொண்டே இருந்தார். என்னைத் தவறாக புரிந்துக்கொள்ள வேண்டாம். ஸ்டிஃபேனியின் தந்தை தன் குடும்பத்தின் தேவைகளை நேர்த்தியாய்ச் சந்தித்து வந்தார். அமெரிக்கர்கள் கனவுக் காணும் விதத்தில் குடும்பத்தின் பொருளாதார தேவைகளைச் சந்திப்பதில் அவர் ஒரு வெற்றியாளரே. அவர் ஒரு கடினமான சூழ்நிலையில் வளர்ந்து வந்து இவைகளைச் சம்பாதிக்கப் பெரும் பாடுபட்டு அதை செய்தும் காட்டியவர். அதை நிரூபிக்க அவர் வேலியடைத்த வீடும், மோட்டார் வாகனமும் வைத்திருந்தார். ஆனால், அவர் தனிப்பட்ட விதத்தில் ஒரு இயந்திர மனிதனைப் போல இருந்தார். அது மட்டுமல்ல, பரிசேயரைப் போன்று மித மிஞ்சி குறையும் கூறுவார்.

ஸ்டிஃபேனியும் அவள் தந்தையை மிகவும் நேசித்தாள், அவள் கண்களுக்கு அவர் மிகவும் நல்ல தகப்பனாகவும், அவள் தேவைகள் சகலத்தையும் அளிப்பவராக காட்சியளித்தாலும், அவள் தவறாகக் கையாளப்பட்டிருக்கிறாள் என்ற உள்ளுணர்வு

எப்போதும் அவளுக்கு உண்டு. வருடங்கள் உருண்டோடின, இதை சரிசெய்யவே முடியாது என்று உணரத் துவங்கினாள். அவள், தன் தலைமுடி துவங்கி தான் அணியும் உடைகள், தான் எடுக்கும் மதிப்பெண்கள், தன் அறை, தன் சுவைகள், மற்றும் நண்பர்கள் எல்லாவற்றிலும் தன் தகப்பனுடைய எதிர்பார்ப்பை நிறைவேற்ற தன் முழு இருதயத்தோடும் முயற்சித்துப் பார்த்துவிட்டாள். ஆனால் அவளால் ஒரு போதும் அவரை திருப்திச் செய்ய முடியவில்லை. சில சமயங்களில், நேரடியாகவே விமர்சித்து விடுவார், பல சமயங்களில் அலட்சியமாகவும், உணர்வுரீதியாக தொடர்பற்றவரைப் போன்றுமே இருப்பார். எப்போதும் அவர் தன்னை கவனித்துக் கொண்டிருப்பதாகவே அவள் உணர்ந்தாள். மட்டுமல்ல, அவர் அலட்சியமாக இருந்ததால், தன்னுடைய ஒவ்வொரு அறையிலும் அவர் தன் சட்டதிட்டங்களை வைத்துத் தன்னை நியாயந்தீர்த்துக்கொண்டே இருப்பதைப்போன்று அவள் ஒருவிதமான பயத்தை உணர்ந்தாள்.

குற்றப்படுத்துவதைப்போலவே புறக்கணிப்பு மற்றும் அவநம்பிக்கை ஆகியவை பேரழிவை உண்டாக்கும். இவை அனைத்தும் வெவ்வேறாக இருந்தாலும் அது சொல்லும் செய்தி ஒன்றே. ஸ்டிஃபேனியைப் பொருத்தவரை, அவள் தந்தை உணர்ச்சிப்பூர்வமாக அவளோடு இணைந்திராத நிலையும், நியாயம் தீர்க்கும் ஆவியும் அனுதினமும் அவளை துன்புறுத்தியது. நாளுக்கு நாள், தான் ஏற்றுக் கொள்ளப்படாதவள் என்ற எண்ணம் அவள் மனதில் மெதுவாகப் பதியத் தொடங்கியது.

ஒரு குளிர்ச்சியான சனிக்கிழமைக் காலையில், அவளுக்குள் ஓடிக்கொண்டிருந்த இச்செய்தி நிரந்தரமாக ஒரு கொடூரமான உண்மையாக அவள் மனதில் பதிந்தது. ஸ்டிஃபேனி ஒரு வாரமாக தன் மதிப்பெண் அட்டையைப் பெற காத்திருந்தாள். தபால்காரர் எப்பொழுது வருவார் என்று தனது ஜன்னல் வழியாக எட்டிப் பார்த்துக் கொண்டே இருந்தாள். ஒரு மணி நேரத்திற்கு பின் தளர்ந்து போன அவள், வேறு எதையாவது செய்ய தன் அறையைச் சுற்றிப் பார்த்துக் கொண்டிருந்தாள். வீட்டின் முன் பிரேக்குகள் கீச்சிடும் சத்தத்தைக் கேட்டதும் அவள் தனது விரல் நகங்களைக் கடிக்க தொடங்கினாள். அவள் மீண்டும் ஓடிச் சென்று ஜன்னல் வழியாகப் பார்த்தபொழுது தபால்காரர் ஒரு கடிதத்தை அவர்கள் வீட்டுத் தபால் பெட்டியில் போட்டதைப் பார்த்தாள், கண் இமைக்கும் நேரத்தில் வாசலுக்கு ஓடி வந்தாள். தபால் பெட்டியைத் திறந்தவுடன், அவள் வெகு நாட்களாய் காத்திருந்த கடிதத்தை, தபால்காரர் மேலேயே வைத்திருந்தார். அவள் உடனடியாக அந்த கடிதத்தைப் பிரித்தாள். ஒரு சில நொடிகளில், தான் எல்லாவற்றிலும் முதல் மதிப்பெண் பெற்றிருப்பதைப் பார்த்தவுடன் அவள் கண்களில் கண்ணீர் தழும்பின. அவள் சாதித்துவிட்டாள்! கடினமாக உழைத்து இதைப் பெற்றிருக்கிறாள். அதே சிலிர்ப்புடன், “அப்பா, அப்பா! நான் அனைத்திலும் முதல் மதிப்பெண் பெற்றுள்ளேன்” என்று கத்திக்கொண்டே ஓடினாள்.

அவர் தன் நாற்காலியில் அமர்ந்து, காபி குடித்தபடி செய்தித்தாளை வாசித்துக் கொண்டிருந்தார்."அப்பாவை தொந்தரவு செய்யாதே” என்ற இயற்றப்படாத சட்டத்தை அவள் அறிந்திருந்தும், அன்று அவளால் அதற்கு கீழ்ப்படிய முடியவில்லை. தனக்கும் தனது அப்பாவுக்கும் நடுவே இருந்த அந்த செய்தித்தாளை சற்றே கீழே இறக்கி வைத்துவிட்டு, தன்னுடைய சாதனையைப் பாராட்டுவார் என்று ஏக்கத்தோடு பார்த்துக் கொண்டிருந்தாள். ஆனால், ஒரு பார்வையோ, தலை அசைவோ, பதிலோ இல்லை. “அப்பா, நான் அனைத்திலும் முதல் மதிப்பெண் பெற்றுள்ளேன்” என்று மீண்டும் சொன்னாள், பல ஆண்டுகளாய் தனது தகப்பனிமித்தம் தொடர்ந்து வந்த ஏமாற்றங்கள் அவளை வார்த்தைகளற்றவளாய் அன்றையதினம் மாற்றியது. ஒன்றும் நடக்கவில்லை. அவள் அழுது கொண்டே தன் அறைக்குச் செல்லத் திரும்பினாள், அவள் தந்தை தன்

காபியை ஒரு முறை உறிஞ்சி குடித்து விட்டு "*நீ கண்டிப்பாக செய்திருக்க வேண்டும்*" என்று முணுமுணுத்தார்.

பல ஆண்டுகளாய்த் தொடர்ந்து வந்த புறக்கணிப்பு அன்று ஸ்டீஃபேனியின் இருதயத்தில் தீயாய்ப் பற்றிக் கொண்டது. அவள் தகப்பன் எப்போதும் போல செய்தித்தாளை வாசித்துக் கொண்டிருந்திருக்கலாம், அது ஒரு இயல்பானத் தருணமாயும் சாதாரண வார்த்தைகளாயும் கூட இருந்திருக்கலாம், உள்ளபடியே சொல்ல வேண்டுமென்றால் "*நீ கண்டிப்பாக செய்திருக்க வேண்டும்*" என்பது காயப்படுத்தக் கூடிய அளவுக்கு அவ்வளவு சக்திவாய்ந்த வார்த்தையுமல்ல, ஆனால், அது ஒரு பெரும் தொலைந்துப்போன உணர்வை அவளுக்குள் ஏற்படுத்தியது. அது, நீண்ட நாள் காயங்களுக்குப் பின் ஏற்பட்ட மற்றுமொரு அதிர்ச்சி. புறக்கணிப்பு, அலட்சியம், குற்றச்சாட்டு, பாராட்டின்மை, காயங்கள், தனிமை மற்றும் கண்ணீர் ஆகிய அனைத்தும் தகப்பன் பேசிய அந்த மூன்று வார்த்தைகளில் அடங்கியது. "*நான் எதிர்பார்க்கும் அளவுக்கு உயரமாட்டேன், எப்போதும் உயரமாட்டேன். நான் தகுதியானவளல்ல, நான் நானாக இருப்பதும் சரியல்ல*" என்ற செய்தி அவளுடைய காதுகளில் சத்தமாகவும் தெளிவாகவும் தொனித்தது.

உண்மையென்னவெனில், ஸ்டீஃபேனி மிகவும் அழகானவள், திறமையானவள், அறிவுமிக்கவள். ஆனால், அவள் தன்னுடைய சிறுவயதில் இவைகளை கேட்டதே இல்லை. எங்கோ ஒரு மூலையில், இவளும் ஜானைப் போன்று தான் ஏற்றுக் கொள்ளப்படாதவள் என்ற முடிவுக்கு வந்து விட்டாள். இது ஏதோ தற்காலிக துன்பத்தை அடிப்படையாகக் கொண்டு உண்டான முடிவல்ல. இது ஒரு நீண்டக் காலமாக, அவள் தொடர்ந்து கேட்டு வந்த வார்த்தைகள். அவள் தகுதியானவள் அல்ல என்பதும், "எழுந்து அந்த துர்நாற்றத்தை நுகர்ந்து பார். *என்னிடம் ஏதோ பிரச்சனை உள்ளது*" என்பதும் அவளைப் பொருத்தவரை அவள் இதயத்துடிப்பைப் போன்று மிக உண்மையானதாயிருந்தது.

இத்தகைய பயங்கரமான முடிவு ஒரு மனித ஆத்துமாவுக்குள் மிக ஆழமான தாங்கமுடியாத வலியை உண்டாக்குகிறது. இப்படிப்பட்ட வலியை யாரால் தாங்கிக் கொள்ள முடியும்? நாம் பிதாவின் நம்பிக்கை அளிக்கும் வார்த்தைகளில் வாழும்படியாக உண்டாக்கப்பட்டிருப்போமனால், பூமிக்குரிய தந்தையின் நிராகரிப்பு நம்மை உடனே உடைத்துவிடுவதாய் உள்ளது. நம்மில் அநேகரைப்போல, ஸ்டீஃபேனிக்கும் இவை அனைத்தையும் இரகசியமாய் ஒரு ஓரத்தில் போட்டுவிட்டு, வாழ்வைத் தொடர்வதைத் தவிர வேறொன்றும் தெரியவில்லை. அவளுக்குள் இருந்த அந்த பயம் கலந்த வலியும், தன் தந்தையின் சட்டத்திட்டங்களும், அதன் தீர்ப்புகளும், உணர்ச்சிப்பூர்வமான பயமுறுத்துதல்களும் எப்போதும் அவளுடன் வாழ்நாள் முழுவதும் இருந்துக் கொண்டே இருக்கும் என்பதை அவள் அறியாதிருந்தாள். எப்போது வேண்டுமானாலும் பாய்ந்து தாக்குவதற்கு ஒளிந்து காத்திருக்கும் ஓநாய் கூட்டத்தைப் போன்றிருக்கும் என்பதையும் ஒருபோதும் அவள் சிந்தித்ததே இல்லை.

தற்போதைய சூழ்நிலைகள், நிகழ்வுகள் அல்லது வாசனைகள், இசை அல்லது குறிப்பிட்ட சப்தங்கள் அல்லது காட்சிகள், ஏன் நாம் நேசிக்கும் மனிதர்கள் மற்றும் அவர்கள் முகத்தில் வெளிப்படும் சில உணர்ச்சிகளோடும் கூட நமது புதைக்கப்பட்ட ஆழமானக் காயங்கள் தன்னை இணைத்துக்கொள்ளும் சாமார்த்தியமுடையவை. ஒரு படம் ஆயிரம் வார்த்தைகளைப் பேசுவதைப்போன்று, ஒரு சிறு பார்வையோ, பெருமூச்சோ அல்லது ஒரு செய்தித்தாளோ நம் புதைந்த காயத்தின் நரம்பை திடீரெனக் கத்தியால் குத்துவதைப் போன்று குத்தி, நம் உள் உணர்வுகளை தூண்டிவிடும். எந்த தருணத்திலும், ஒரு சரியானக் காரணமில்லாமல் கூட, ஸ்டீஃபேனியின் இருதயத்தில், ஒரு காணக்கூடாத வலியின் போர்

துவங்கிவிடும்.

அவள் வேறென்ன செய்வது? அவள் இதை எப்படி சமாளிப்பது? சில நேரத்தில் நம்மில் அநேகரைப் போலவும் ஜானைப் போலவும் தன்னைத்தானே நியாயப்படுத்திக் கொண்டாள். அத்தருணத்தில் அது புரியாததாயிருந்தாலும், திரும்பிப்பார்த்தால் அந்த சனிக்கிழமை அன்று தானும் மதிப்புடையவள் என்பதை நிரூபிக்க அவள் பல்வேறு காரியங்களை செய்தாள் என்பது தெளிவாகத் தெரிகிறது. பாதாளமே அவளுக்கு விரோதமாகத் தன் வாயைத் திறந்தாலும், வெள்ளப்பெருக்கே அவளை அமிழ்த்த வந்தாலும், அவள் வென்றேத் தீருவாள். அவள் வென்றாக வேண்டும். மதிப்பின்மை என்பது தாங்க முடியாத ஆழமான வலியாய் இருக்கிறது. பிசாசுகளின் வாய் அடைக்கப்பட வேண்டும், தன்னைக் குறித்து அவள் நன்றாக உணர வேண்டும். தனது மனக்கண்களுக்கு, *நல்லவளாக* இருப்பதை அவள் தெரிந்துக்கொண்டாளும், தனக்குள்ளே உடைக்கப்பட்ட இருதயத்தோடு இருந்தாள். அவள் நல்லவளாக இருந்தால், அவள் மதிப்புமிக்கவளாகவும், ஏற்றுக்கொள்ளப்படக்கூடியவளாகவும், பயனுள்ளவளாகவும் இருப்பாள், அப்பொழுது பிசாசு ஓடிப்போகும். இதுவே அவளுடைய எண்ணம்!

ஸ்டிஃபேனிக்குத் தெரியாத விஷயமென்னவெனில், அவள் தற்போது இணைந்திருக்கும் இவ்விளையாட்டு, அவளை முற்றிலுமாய் விழுங்கிவிடும் என்பதையும், அவள் உறவுகள் மற்றும் வாழ்வின் கனவுகளை நாசமாக்கிவிடும் என்பதையும் அவள் அறியாதிருந்தாள். தான் மதிப்பற்றவள் என்ற முடிவும், அதைத் தொடர்ந்து தன்னைப் பற்றி அவள் கொண்டிருந்த கற்பனை நல்லுணர்வும் மற்றுமொரு விபரீத விளையாட்டாகிய பாசாங்கு செய்தலுக்கு நடத்திவிடும். சுய மதிப்பின்மை, நற்பெயர் வாங்குவதற்கு முயற்சி செய்தல், மற்றும் எல்லாம் நன்றாக உள்ளதைப் போன்று பாசாங்குச் செய்யும் ஆகிய இம்மூன்று அசுத்தமான திரித்துவங்களும் நம் உறவுகளில் உண்மையான மனிதனாய் இருப்பதற்கு தேவையான விடுதலையின் அடையாளங்களைத் திருடிவிடும். ஸ்டிஃபேனி தன் தவறான எண்ண வலைகளில் சிக்கிக்கொண்டு, அதை அறியாதவளாகவும் இருந்தாள்.

ஸ்டிஃபேனிக்கு வாழ்வு ஒரு நாடக மேடையானது. தன்னை சுற்றியிருப்பவர்கள் அவளைப்பற்றி நன்றாய் நினைத்தால், அவளும் தன்னைப்பற்றி நன்றாய் உணர்வாள். எனவே, மற்றவர்களின் பார்வைக்குப் பரபரப்பாயிருப்பாள். அல்லது, பரிபூரணமான அழகிய வாழ்க்கையை வெளிக்காட்டும் சில காரியங்களோடு பரபரப்பாயிருப்பாள்.

ஸ்டிஃபேனி ஆடிக்கொண்டிருக்கும் இந்த விளையாட்டு, சோர்வடையச் செய்வதும் ஆபத்தானதும் கூட. எங்கும் நிறைந்திருக்கும் காணக்கூடாத "அவர்களுக்கு" தன்னை நல்லவள் என்பதை நிரூபிப்பதை தீர்மானமாய்க் கொண்டு அவைகளால் உந்தித் தள்ளப்பட்டாள். அவளுக்கு பல நண்பர்கள் உண்டு; ஆனால், அவர்கள் அனைவருடனுமான அவளது உறவு கையின் பெருவிரல் ஆழம் மட்டுமே. அவளுடைய மனதின் உள் அறைகளுக்குள் எவரும் அனுமதிக்கப்படுவதில்லை. உறவுரீதியாக எவரையுமே மிக நெருக்கமாக வைத்துக்கொள்ளாமல், தனக்குத் தானே மெல்லிய சத்தத்தில் அவள் சொல்லிக்கொள்வது: "*நான் நன்றாயிருக்கிறேன், என்னிடம் எந்த தவறும் இல்லை. நான் எவ்வளவு நல்லவள் என்பதை உங்களால் பார்க்கமுடியவில்லையா?*" மற்றவர்களுக்கு உதவி செய்தாலும், வேதம் வாசித்தாலும், தொலைந்துப் போனவர்களுக்காய் பாரத்தோடு ஜெபித்தாலும் "தொந்தரவு செய்யாதே" என்ற சங்கிலியை எப்பொழுதும் தன் கழுத்தில் தொங்கவிட்டிருப்பதைப் பார்ப்பது எவ்வளவு கடினமானது?

அவள் தன்னை நேசிக்கும் ஒருவரை திருமணம் செய்கிறாள் என்று வைத்துக் கொள்வோம். அந்த நபரின் கண்களில், தனக்குத் தெரிந்த எல்லோரைக் காட்டிலும்,

ஸ்டிஃபேனியே மிக அழகானவள். அவர் அவளை தொடர்ந்து புகழ்ந்து கொண்டாடுகிறவர் என்று வைத்துக்கொள்வோம். ஆனால், அவருடைய உளமார்ந்த புகழ்ச்சியை அவள் எப்படி கையாள்வாள்? அதனை ஏற்றுக்கொண்டு அந்த மகிழ்ச்சியில் திளைப்பது என்பது வேறு விஷயம்! அவருடைய அன்போ அவளுடைய ஆத்துமாவின் மண்டலத்திற்குள் பிரவேசிக்க முடியவில்லை. ஏனென்றால், அவளால் அதைப் பெற்றுக்கொள்ள முடியாது. அவளால் அதை நம்ப முடியாது, அவளது காயங்களும், அவள் இருக்கும் விதமும் அவருடைய அன்பை ஒரு பொருட்டாக எடுத்துக்கொள்ள அனுமதிக்காது.

அவளுடைய கணவரும் இந்த இணைப்பின் விசித்திரமான நிலைக்கு பங்காகிவிட்டால் என்ன செய்வது? அவரது பெருமூச்சுகள், முகச்சுளிப்புகள், விமர்சனங்கள், அல்லது அவரது புன்னகை, அவரது பராமரிப்பு ஆகியவை அவளது பயத்தால் நிரம்பிய காயங்களைத் தொட்டுவிட்டால் என்ன செய்வது? அவள் கணவர், தனது தனிப்பட்ட வாழ்க்கையில் போராடும்பொழுதோ அல்லது செய்தித்தாள்களை வாசிக்கும் பொழுதோ அல்லது அவளை நேசிக்கும் காரணமேயல்லாமல் வேறொரு காரணமுமின்றி அவளுக்கு பூங்கொத்தை வாங்கி வரும்பொழுதோ அவள் மீண்டும் அந்த பழைய சத்தமாகிய, “நான் ஏற்றுக் கொள்ளப்படாதவள், நான் நேசிக்கப்படத்தக்கவளல்ல, நான் மதிப்புடைவளல்ல.” போன்றவைகளை அவள் தனது காதுகளில் கேட்டு அதன் மூலம் தாங்கமுடியாத வலியை அனுபவித்தால் என்ன செய்வது?

தான் நேசிக்கும் பெண் நல்லவள்தான் ஆனால் அவள் உணர்வுரீதியாக தொடர்பற்றவளும், பிரிக்கப்பட்டவளுமாயிருக்கிறாள் என்று அவளுடைய கணவர் நினைக்க எவ்வளவு காலமாகும்? வெளியே, அவள் சுறுசுறுப்பானவள், மற்றவர்களுக்காக தன்னையே முற்றிலும் அர்ப்பணித்து வேலை செய்பவள். ஆனால், உள்ளேயோ பயம், தயக்கம், எச்சரிக்கையான அணுகுமுறை மற்றும் மற்றவர்களுடன் தானும் பழக வேண்டும் என்ற ஆவல் இருந்தாலும் மற்றவர்களுக்கு தன்னை வெளிப்படுத்துவதை ஆபத்தாக கருதும் ஒரு முதிர்ந்த பெண்ணின் உடலில் ஒளிந்திருக்கும் சிறு பெண்ணாகவே அவள் இருந்தாள். இப்படி இருப்பவளைப் பற்றி அவள் கணவர் என்ன நினைப்பது? எப்படி அவளைப் பற்றி திகைப்படையாமலும், குழப்பமடையாமலும் அவர் இருப்பது?

அவள் அவரை நேசிக்கிறேன் என்று சொல்கிறாள், ஆனால் அவள் அறியப்படுவதற்கும், கணவனின் அன்பைப் பெற்றுக்கொள்வதற்கும் அவருடைய அன்பை திரும்ப அளிக்கவும் அவளுக்கு நேரமில்லாத அளவிற்கு அவள் தன்னை நல்லவளாக காண்பிப்பதற்கு மிகவும் பரபரப்பாக இருந்தாள். அவளுக்குள் மறைந்துள்ள வலியையும், தன்னை (கணவரை) விட்டு எப்பொழுதும் நீங்கிப்போகும் தன்மையையும் உணர்ந்த ஓர் மனிதன், அதை தனிப்பட்ட விதத்தில் எப்படி எடுத்துக் கொள்ளாமல் இருப்பான்? ஒருவேளை *ஸ்டிஃபேனி ஜானை திருமணம் செய்திருந்தால் எப்படியிருந்திருக்கும் என்பதை கற்பனை செய்து பாருங்கள்.*

தனது சொந்த அடையாளத்தைக் குறித்த அவளுடைய கொடூரமான நம்பிக்கை அவள் வாழ்வில் தானாய் நிறைவேறின தீர்க்கதரிசனமாகிவிட்டது. அவள் நல்லவள் மற்றும் அருமையானவள் ஆனால், உணர்வுரீதியாக தொலைந்துபோனவள், அறியமுடியாதவள், அவளுடைய இந்த விபரீத விளையாட்டு ஒரு நல்ல உறவை முற்றிலுமாக சிதைத்துவிட்டது. இவை அனைத்தும் நடந்துக் கொண்டிருக்கும் பொழுது, தான் முழுமையும் பூரணமானவள் என்றும், தனக்கு எந்த தேவையுமே இல்லை என்றும் தன்னைத்தானே சமாதானப்படுத்திக் கொண்டிருந்தாள். அவள் தனது இருதயத்தின் ஆழத்தில் (ஆழ்மனதில்), சரியாக உணர்ந்த உணர்ச்சிகள் மற்றும் தவறாக புரிந்துகொண்ட உணர்ச்சிகளின் பெலனை அவள் அறுவடைச் செய்து கொண்டிருந்தாள்.

அதுமட்டுமல்ல, அவளுடைய திருமண வாழ்வு ஒரு கொடி வாடுவதைப் போன்று வாடிக்கொண்டிருந்தாலும், அவள் தன்னை உற்றுப் பார்ப்பதில் அவளுக்கிருந்த வலியை தொடர்ச்சியாக தவிர்த்துக் கொண்டிருந்தாள். அதினிமித்தம், அவள் அருமையானவள் என்பதை உறுதி செய்வதும், அவளுக்கு நேரிட்ட துரதிஷ்டத்தை நினைத்து நண்பர்களைக் கூட்டி பரிதாப்படுவதுமே தவிர, அவளுக்கு வேறென்ன மீந்திருக்கும்?

என்னே தனிமையும் சோகமுமான காட்சிகள். ஜான் மற்றும் ஸ்டிஃபேனியின் குழந்தைப் பருவ அதிர்ச்சிகரமான பாதிப்பின் அடிப்படையில் நமக்கும் நம்மைப் பற்றிய ஆழமான நம்பிக்கைகள் உண்டு என்ற உண்மையை வெளிக்கொண்டு வருகிறது. மேலும் அந்த நம்பிக்கைகளே நாம் மற்றவருடன் எப்படி உணர்கிறோம் மற்றும் தொடர்புப் படுத்திக் கொள்கிறோம் என்பதை வடிவமைக்கிறது. நன்மையானலும் தீமையானாலும், ஒரு காரியத்தைக் குறித்த நமது உள்ளான பார்வையையே இவ்வுலகிற்கும் நம்மை சுற்றியுள்ளவர்களுக்கும் தொடர்ந்து பிரதிபலிக்கிறோம். அவை பெரும்பாலும் அழிவுக்குறிய விளைவுகளையே உண்டாக்குகிறது. சிக்கலான கேள்வி என்னவெனில், இவ்வுலகில் நாம் நம்மைப் பற்றிய சொந்த முடிவுகளை எப்படி காண்கிறோம்? நம் காயப்பட்ட உணர்ச்சியையும் தாண்டி சத்தியத்தைப் பார்க்கத்தக்க புதிய கண்களைப் பெறுவது எப்படி? ஜானும் ஸ்டிஃபேனியும் தங்களுக்கு ஒரு பிரச்சனை உண்டு என்பதைப் பற்றி ஏன் சந்தேகம் கூட அடையவில்லை? அப்படியே அவர்கள் சந்தேகித்திருந்தாலும், அவர்கள் காரியங்களைப் பார்க்கும் விதத்திலிருந்து வெளிவரத் துவங்குவது எப்படி?

மீதமிருக்கும் நம்மைப் பற்றி என்ன? நமக்கு சாதகமான அல்லது வசதியான நிலையே மெய்யான சத்தியம் என்று நாம் அறிந்து நிச்சயித்திருக்கும் ஒன்று இருக்கும்பொழுது, எதற்கு நமக்கு புதிய கண்கள் தேவை? நம்மைப் பற்றியும், மற்றவர்களைப் பற்றியும், வாழ்வைப் பற்றியும் *நாம்* உணர்வது தவறாகக் கூட இருக்க வாய்ப்புண்டு என்பதை நம்மால் நினைத்துக் கூட பார்க்க முடியவில்லை. அப்படியே *நமக்கு* பிரச்சனை உண்டென்று நினைத்தாலும், இவ்வுலகில் ஒரு பார்வையற்றவர் எப்படி தனக்குத்தானே பார்வை கொடுத்துக்கொள்ள முடியும்? நாம் பார்ப்பவைகளையும், அவைகளை நாம் எப்படிப் பார்க்கிறோம் என்பதையும் நம் சொந்த உணர்வுகளேத் தீர்மானிக்கிறது என்றால், நமது சொந்தத் தவறான புரிதலுள்ள உணர்வுகளை விட்டு வெளியேறி, காரியங்களை இருக்கும் விதமாகவே காண்பது எப்படி? நாம் நமது சொந்த சுமைகளையே கீழே இறக்குவது எப்படி? நம் சிதைவுண்ட பார்வை மக்களைப் பற்றி தவறாக உணரச்செய்யும் பொழுது, நாம் உண்மையான உறவுகளை ஏற்படுத்துவது எப்படி? நமக்குள் பிரச்சனை இருக்கிறது என்பதே நமக்கு தெரியவில்லை.

பாவத்தின் பேரழிவு இங்கு தான் உள்ளது. ஜான் மற்றும் ஸ்டிஃபேனியைப் போன்று நாமும் நம் சொந்த சுமைகள் மற்றும் தவறான புரிதல்களை நம் உறவுகளுக்குள் கொண்டுவந்து விடுகிறோம். ஒருவரோடு ஒருவருக்கு இருக்கும் உறவுக்குள்ளும், சிருஷ்டிப்புடன் இருக்கும் உறவுக்குள்ளும் மட்டுமல்ல, தேவனோடுள்ள உறவுக்குள்ளும் கொண்டுவந்துவிடுகிறோம். நம்மையே அறியாமல் நமது சொந்த எண்ணங்களை தேவன் மேல் பூசிவிடுகிறோம். ஒருவர் இப்படிச் சொன்னார், “தேவன் நம்மை தமது சாயலில் படைத்தார், அதுமுதல், நாமும் அவர் செய்த பிரகாரமாகவே அவருக்கு செய்ய நினைகிறோம்.” ஜானும் ஸ்டிஃபேனியும் தங்கள் உடைந்த நிலையிலிருந்து உலகை புரிந்து கொண்டதைப் போன்று; நம்முடைய உடைந்த நிலையிலிருந்து நாம் தேவனைப் புரிந்துகொள்கிறோம். நாம் நம்பிக்கொண்டிருக்கும் தெய்வம் நம் காயங்களின் வெளிப்பாடாகும். இப்படியிருக்கும் பொழுது நாம் பிதாவின் முகத்தை பார்ப்பது எப்படி? நமது திரிக்கப்பட்ட பார்வையின் மூலம் நாம் அவரை பின்பற்றி கொண்டிருக்கும்

பொழுது, அவர் யார் என்பதையும் அவர் எப்படி இருக்கிறார் என்பதையும் நாம் அறிவது எப்படி? நம் காயங்கள் மற்றும் நிலையற்றத் தன்மையை பிதாவுக்குள் புகுத்தி அவரை பார்க்கும்பொழுது, பிதாவின் எல்லையற்ற அன்பை நாம் விசுவாசிப்பது எப்படி சாத்தியமாகும்? அது நம்மை எங்கே கொண்டு செல்கிறது? பிதாவின் அன்பை அறிந்துக் கொள்ளாமல், "நான் ஏற்றுக்கொள்ளப்படாதவன்" என்ற ஆழமான நம்பிக்கையினால் உண்டாகும் அவநம்பிக்கை மற்றும் பேரழிவின் கவலையில் வாழ்வதை எப்படி தவிர்க்க முடியும்?

ஜான் மற்றும் ஸ்டிஃபேனிக்குள்ளிருக்கும் காயத்தை நம்மால் உணர முடிகிறது. அவர்களுடைய குருட்டாட்டமான காயங்களையும் ஜீவனை முறித்து, உறவுகளை அழிக்கும் அந்த காயங்களின் சக்தியையும் நம்மால் பார்க்க முடிகிறது: பாவத்தின் பிரச்சனை என்னவெனில் நாமும் அதே படகில்தான் இருக்கிறோம்; நாம் அவர்களைப் பார்க்கும்பொழுது நம்மையே பார்க்கிறோம். "ஒருவனும் பிதாவை அறியவில்லை..."

அதிகாரம் 4

ஆதாமும் ஏவாளும்

நான் உங்களுக்கு மற்றுமொரு படத்தை காண்பிக்கிறேன். ஆதியாகமம் 3 ஆம் அதிகாரத்தில், ஆதாமும் ஏவாளும் தேவ பிரசன்னத்திற்கு பயந்து தங்களை புதர்களுக்குள் *ஒளித்துக்கொண்டார்கள்* என்று வேதம் சொல்கிறது. ஏன்? ஏன் அவர்கள் தங்களை ஒளித்துக்கொண்டார்கள்? அவர்கள் பயந்தார்கள் என்பது தெளிவாய்த் தெரிகிறது. ஆனால் எதைப் பற்றி பயந்தார்கள்? நிச்சயமாக, அவர்களுடைய பயம் துணிகரமான கீழ்படியாமையை அடிப்படையாய் கொண்டது. ஆனால், மக்கள் அவர்கள் தேவ தண்டனைக்குதான் பயந்தார்கள் என்று நினைக்கின்றனர். பிரம்மிக்கத்தக்க ஆசீர்வாதங்களை அனுபவித்தவர்களான ஆதாமும் ஏவாளும் மீண்டும் எப்படி *தேவனுக்கு* பயந்து கொண்டு *தோட்டத்தினுள்* நிற்க முடியும்? தேவன் மாறி விட்டாரா? சுத்த கிருபை, அன்பு மற்றும் பிரம்மிக்கத்தக்க ஆசீர்வாதங்களை அவர்களுக்குக் கொடுத்து ஆதாமையும் ஏவாளையும் படைத்த தேவன், திடீரென தன் முகத்தை திருப்பிக் கொண்டாரா? அவர் அன்புக் கூறுவதை நிறுத்திக்கொண்டாரா? வாஞ்சை மற்றும் தாராள குணமுடைய வள்ளலாக இருந்த அவர் தன்னை துரிதமாய் கோபம் கொள்ளும் நியாதிபதியாய் மாற்றிக்கொண்டாரா? ஜான் மற்றும் ஸ்டிஃபேனியைப் போன்று, ஆதாம் மற்றும் ஏவாளுக்கு எவ்வித ஏமாற்றமோ அல்லது காயமோ ஏற்பட்ட வரலாறு இல்லை. நிச்சயமாக, தெய்வீக அலட்சியமோ, புறக்கணிப்போ, நிராகரிப்போ அல்லது துஷ்பிரயோகமோ நடந்ததாக பதிவிடப்படவில்லை. அங்கு பிரம்மிக்கத்தக்கத் தயாளமான ஆசீர்வாதம் மட்டுமே இருந்தது. அப்படியென்றால், தேவன் தங்களை தண்டிப்பார் என்று ஏன் அவர்கள் சந்தேகிக்க வேண்டும்?

ஆதாமின் கீழ்படியாமை தேவனின் தன்மையை மாற்றவில்லை என்பது நிச்சயம். *ஒருவேளை அது மாறியிருக்கலாம்.* திடீரென்று முற்றிலுமாக தேவன் மாறியிருக்கலாம் - நிஜத்தில் அல்ல, ஆதாமின் மனதில் அவர் மாறி இருக்கலாம். ஒருவேளை, தான் உண்மையில்லாதவன் என்ற வலி அவன் மனதை மாற்றியமைத்திருக்குமோ? ஆதாமின் துரோகம் அவனது இயல்புநிலையின் அமைப்புகளை மாற்றியிருக்குமோ? ஒருவேளை அவனது தோல்வி அவனுடைய புரிதலையும், உள்ளான பார்வையையும், தன்னையும், தனது உலகத்தையும், மற்றவர்களையும் புரிந்துகொள்ளும் தன்மையையும், முக்கியமாக அவன் தேவனுடைய முகத்தைப் பார்க்கும் விதத்தையும் மாற்றியிருக்குமோ? ஆதாம் தனது உடைந்த நிலையை தேவனின் முகத்தில் சாற்றிவிட்டானோ? தன் பதட்டத்தின் தூரிகையால் பிதாவின் முகத்தில் தாரை பூசி விட்டானோ? ஒருவேளை ஆதாம் ஒரு வண்ணம் தீட்டும் தூரிகையை எடுத்து, தனது இரு மனம் மற்றும் குற்ற மனசாட்சி என்னும் சாக்கடைக் குழியில் தோய்த்து, அதிலிருந்து தேவனைக் குறித்து, ஒரு புதிய

படத்தை வரைந்திருக்க வேண்டும். ஒருவேளை, அவன் சொந்த இருண்ட கற்பனையில் உண்டாக்கப்பட்ட இந்த தேவனிடமிருந்தே அவன் தன்னை மறைத்திருக்க வேண்டும், மெய்யான தேவனிடமிருந்தல்ல.

ஆதாம் எப்படி தேவனை மாற்ற முடியும்? மனிதனின் எவ்வித செயலானாலும், அது எப்படி தேவனின் தன்மையை மாற்ற முடியும்? தேவனின் குணாதிசயமானது, நாம் என்ன செய்கிறோம் அல்லது செய்யவில்லை என்பதை சார்ந்து, நிலையற்று மாறிக் கொண்டே இருக்கிறதா? என் நண்பர் கேரி ஆரிண்டர் சொல்வதைப் போன்று, "தேவன் நம்மைக் குறித்தும், தம்மைக் குறித்தும் எப்படி உணருகிறார் என்பதன் வெப்ப நிலையை அளக்க எப்போதும் தன் கைகளில் வெப்பமானியை வைத்துக்கொண்டே சுற்றிக் கொண்டிருப்பதில்லை.'' தேவன் இப்போதுப் போலவே எப்போதும் தேவனாகவே இருந்து, நிலையான அன்புள்ளவராய், உண்மையில் தளராதவராய், பிதா, குமாரன் மற்றும் பரிசுத்த ஆவியில் இருக்கும் ஐக்கியத்தையும், நிரம்பி வழியும் கிருபை மற்றும் இரக்கத்தையும் ஆசீர்வதித்து பகிர்ந்துக்கொள்ள தீர்மானித்து அதில் பேரார்வமுள்ளவராயிருக்கிறார். இந்த உறவில் மாறியது தேவனல்ல. ஆதாமே! இப்பொழுதோ, அவன் தன் வலியை தேவன் மீது திருப்பி, அதன்மூலம் முற்றிலும் கற்பனையினால் ஒரு தேவனை உருவகித்து, தன் பாரச்சுமையின் உருவத்தையே ஒரு தெய்வமாய் உண்டாக்கினான். ஆனால் இந்த உருவம் *ஆதாமை* பயமுறுத்தும் விதத்தில் மெய்யாயிற்று.

இந்த கற்பனையினால் உண்டாக்கப்பட்ட தேவனின் முன்பாக ஆதாம் கடுமையாக பயந்தான். அவன் எப்படி பயப்படாமல் இருக்க முடியும்? தன்னைப் போன்றே நிலையற்ற தன்மையை உடைய ஒரு தேவனுக்கு முன் குற்ற மனசாட்சியுடன் நிற்பதாகவே தன்னைப் பற்றி நம்பினான். கொடிய பயம் அவன் மனதைச் சூழ்ந்து கொண்டது. அவனுடைய விழுந்து போன மனதைப் பொருத்தவரை, நிராகரிப்பு என்னும் துப்பாக்கியின் கீழ் தான் நிற்பதாகவே பார்த்தான். தன் கற்பனை புராணத்தின்படி, அவன் ஒன்றுமில்லாமல் போகக்கூடிய படுகுழியிலிருந்தும், கைவிடப்படுவதிலிருந்தும் ஒரு நூலிழை தூரத்தில் மாத்திரமே நின்றிருப்பதாக உணர்ந்தான்.[3]

பாவத்தின் பிரச்சனை இதுவே. சாத்தியமற்றது நடந்துவிட்டது: பிதாவைக் குறித்த சத்தியம் மறைக்கப்பட்டது. மறக்கமுடியாத திரித்துவ அன்பு மறந்து போனது, அது இப்பொழுது, *கற்பனைச் செய்யவோ அல்லது புரிந்துக்கொள்ளவோ* முடியாத அளவுக்கு மறந்துப்போனது. ஆதாமின் மனதை ஒரு ஆழமானக் குருட்டுத்தன்மை ஆட்கொண்டது. அவனால் பிதாவின் முகத்தைப் பார்க்க முடியவில்லை. இப்பொழுது பிதா, குமாரன், பரிசுத்த ஆவியாக இருக்கும் தேவனுக்கும், அவரது குணாதிசயத்திற்கும், ஆதாம் தன் மனதில் *உணர்ந்து* தேவனாய் *நம்பிக்கொண்டிருக்கும்* தேவனுக்கும் பயங்கரமான பொருத்தமின்மை ஏற்பட்டுள்ளது. ஆதாமுக்கும் நமக்கும், நாம் கற்பனை செய்துபார்க்கும் விதத்தில் இருக்கும் தெய்வம் தான் தேவனாக இருக்க முடியும். மற்றெந்த தெய்வமும் நமக்கு புரிவதில்லை.

இந்த நொடி முதல், பிதாவின் முகம் அந்நிய தூரிகையைக்கொண்டு தார் பூசப்பட்டதாயும், அவருடைய இருதயம், அழகு, நன்மைகள் ஆகியவை தவறாக புரிந்துக் கொள்ளப்பட்டதாயும் இருக்கும். நம்முடைய இருளான கற்பனைப் பிதாவின் தன்மையை அதன் சொந்த வடிவதிற்கு ஏற்ப மீண்டும் உருவாக்கும். நம் வெட்கம் தேவனின் இதயத்தை சீர்குலைத்துவிடும். நம் பயத்தின் பிரதிபலிப்புகள் அவரது பராமரிப்பின்

3 "ஒன்றுமில்லாமல் போகக்கூடிய படுகுழி" என்ற வாக்கியம் மருத்துவர் புரூஸ் வாச்சாப் அவர்களின்: "சுவிசேஷமும் மனநலமும்" என்ற விரிவுரையிலிருந்து எடுக்கப்பட்டதாகும். இந்த விரிவுரை **<www.perichoresis.org>** இல் உள்ளது.

சட்ட திட்டங்களை மாற்றி எழுதிவிடும். நம் பயங்கர கனவுகளையும் தாண்டி தேவன் நம்மை தொடர்ந்து ஆசீர்வதிப்பார், ஆனால் நம் கட்டுக்கதைகளினிமித்தம், அவருடைய அன்பளிப்புகளைப் பார்க்கும்பொழுதும், “நான் ஏற்றுக்கொள்ளப்படாதவன்'' என்னும் சத்தத்தை உறுதியாகக் கேட்போம். இதனிமித்தம் அன்பு, கிருபை மற்றும் ஐக்கியத்தின் ஆண்டவருடைய பிரசன்னம், விழுந்துப்போன மனதின் மூலம் மொழிபெயர்க்கப்பட்டு, அனலற்ற, தொடர்பற்ற, அலட்சியமான, மோசமான குறைகூறுகிற, துரிதமாய் நியாயம்தீர்த்து கடிந்துக்கொள்ளுகிற, உலகின் ஒவ்வொரு அறையிலும் நிறைந்திருந்து பயமுறுத்திக்கொண்டிருக்கும் நியாயம்தீர்க்கும் ஆவியாக உணரப்படுகிறது.

மனித குலம் மிக பயங்கரமான காரிருளில் தொலைந்துப் போயிருக்கிறது. அந்த காரிருள் என்னவென்றால், விழுந்துபோன தன் சொந்த மனம், தவறான நம்பிக்கை, உண்மையின்மை, அங்கலாய்ப்பு, தவறான கண்ணோட்டம் மற்றும் தவறான புரிதலே ஆகும். வருந்தத்தக்க விஷயம் என்னவென்றால், விழுந்துபோன மனது சீராக இயங்கிக் கொண்டுள்ளது! அது ஒருபோதும் தவறாது. அதன் கவலை நிறைந்த இருண்ட கற்பனைகள் புதிய தெய்வத்தை உருவாக்கி, அதின் நிச்சயத்தை, எல்லாவற்றிலும் கண்டு மனதில் உறுதி செய்துக் கொள்கிறது. இந்த கற்பனை தெய்வம் நமக்கு மிக மிக உண்மையானதாய் தோன்றுகிறது, அது நமக்கு “இயல்பாய்” தோன்றும் அளவுக்கு உண்மையாகிப்போனதோடுமட்டுமல்ல, இவ்வுலகத்தில் அதுவே நிதரிசனமான ஒன்றாய் தோன்றுகிறது. அது, தெய்வீகத்தைப் பற்றி கேள்வி எழுப்பமுடியாத அளவுக்கு உண்மையாகியுள்ளது, அதன் மூலம், பிதாவின் இருதயத்தை அறிந்து கொள்ளாமலேயே அதை தவறாக புரிந்துள்ளோம்.

இந்த காரிருள் நிறைந்த உலகத்திலே நாம் வாழ்ந்து, நடித்து, ஒருவரையொருவர் காயப்படுத்தி வருகிறோம். ஆதாம் ஏவாளின் கதையானது, நம் குருட்டாட்டத்தின் பிரச்சனை நம் பெற்றோரிடமிருந்து தோன்றியதல்ல, அதிலும் ஆழமானது என்பதை எடுத்துக் காட்டுகிறது. மேலும், நம் பெற்றோர், கலாச்சாரம், மற்றும் நம் சபைகள், பிதாவைப் பற்றிய நம் சிதைந்த பார்வையின் ஆழமான பிரச்சனைகளை இன்னும் அதிகப்படுத்துகிறது.

பாவம் என்பது ஒரு சட்ட ரீதியான பிரச்சனையாக இருந்திருந்தால் அது மிக சுலபமானதாயிருந்திருக்கும், அப்படியிருந்திருந்தால் தேவன் ஒரு சட்ட ரீதியான பலியை ஆயத்தம் செய்து, நம் பாவங்களை மூடியிருப்பார். அனைத்தும் நன்றாய் மாறியிருக்கும்! ஆனால், விழுந்துப்போன மனமும் அதின் பிரிதிபலிப்பும், அடிப்படையான பிரச்சனைக்குப் பதிலளிக்கத் தவறுகிறது: தேவன் அருளும் மன்னிப்பு மற்றும் அதன் சந்தோஷத்தைப் பெற்று அனுபவிக்க முடியாத அளவிற்கு தங்கள் தவறான புரிதல் மற்றும் கவலைகளில் சிக்கிக்கொண்டிருப்போரையும், பாவிகளையும் சட்டப்பூர்வமாக சுத்தமாக வைத்திருப்பதில் திருப்தியடைவது, எவ்விதமான “மன்னிக்கும் தேவனால்'' முடியும்? நம்மை காரிருளிலேயே விட்டு, நம்மை நம் கற்பனை தெய்வத்தின் பயத்திலேயே வைத்து, பிதாவின் இருதயத்தைப் பற்றி சுத்த குருடராய் இருந்து, அவரது அரவணைப்பை உணர முடியாத அளவிற்கு தொலைந்து போனவர்களாய் இருக்கும் நம்மை, அப்படியே விட்டுவிடும் ஒப்புரவாக்குதல் எப்படிப்பட்டது? பிதாவின் அன்பை உணராதபடி, தலைமுறை பாரம்பரியம், கலாச்சாரம் மற்றும் திருச்சபையின் இருளில் நம்மை விட்டுச் செல்வது எவ்வாறு ஒப்புரவாக்குதல் ஆகும்?

ஒருமுறை, கொலை செய்யப்பட்ட தன் மகளைப் பற்றிய ஒரு தந்தையின் பேட்டியை பார்த்துக் கொண்டிருந்தேன். கொலை செய்தவனைப் பிடித்து, குற்றவாளி என்று நிரூபிக்கப்பட்ட பின்னர், குற்றவாளிக்கு நீதிமன்றமானது மரண தண்டனை வழங்கியது.

ஒரு பத்திரிக்கையாளர், அந்த அப்பாவோடு நானே முதலில் பேட்டிக் காண்பேன் என்று துள்ளிக் கொண்டு, அவர் முகத்திற்கு நேரே முதலாவதாக ஒலிவாங்கியை (**microphone**) நீட்டி, “இறுதியாக ஒரு வழியாய் நீதி வழங்கப்பட்டுவிட்டதென்று உணர்கிறீர்களா?'' என்றுக் கேட்டார், அந்த பத்திரிக்கையாளரை நேரடியாகப் பார்த்த அவளின் தந்தை, “என் *மகளை நான் திரும்பப்பெறும்வரை.* நீதி என்பதே இல்லை'' என்று சொன்னார்.

இயேசுவின் பிதாவானவர், ஒருபோதும் வெறும் மன்னிப்பு அல்லது சட்டரீதியான ஒப்புரவாகுதலில் திருப்பதியடைவதில்லை. அவர் எப்படி திருப்தியடைய முடியும்? இவ்விதமான “மன்னிப்பு'' மற்றும் “ஒப்புரவாக்குதல்'' நம்மை அவருடைய இருதயத்திலிருந்து தொலைந்தவர்களாகவும், பயத்தினால் அவரிடமிருந்து நம்மை ஒளித்துக்கொள்கிறவர்களுமாக்குகிறது. இவ்விதமான ஒப்புரவாக்குதல், ஜானை தனிமையில் சிக்கிக் கொண்டவனாயும், ஸ்டிஃபேனியை தன் தந்தையின் உருவத்தில் செய்யப்பட்ட தெய்வத்துடன் வாழ கட்டப்பட்டவளாயும் விட்டுவிடும். சத்தியம் என்னவெனில், அவருடைய மன்னிப்பு நம் வலியின் கட்டுகளுக்குள் நுழையாத வரை, அவரது மன்னிப்பு நம் காரிருளில் அறியப்படாதவரை, அவரது மன்னிப்பு பெற்றுக்கொள்ளப்பட்டு, விசுவாசிக்கப்படாதவரையிலும், அவரோடு உள்ள உறவிலும் நாம் மற்றவர்களை மன்னிப்பதிலும் அவருடைய மீட்பு பகிரப்படாத வரை இயேவின் பிதா திருப்தியடைவதில்லை.

சிந்தனைக்கான கேள்விகள்

1. ஜான் பின் தாழ்வாரத்தில் நின்றப்பொழுது எவ்வாறு *உணர்ந்தான்* என்பதை விளக்கவும். உங்கள் வாழ்வில் நீங்களும் அதேப் போன்று உணர்ந்த தருணங்கள் யாவை? இந்த உணர்ச்சிகள் சில நேரங்களில் வெளிப்படையானக் காரணங்களின்றி சுற்றி வருகிறதா?

2. உங்களைப் பற்றிய இரகசிய முடிவுக்கு வந்துவிட்டதாக நீங்கள் உணர்கிறீர்களா? அது என்ன? அதை உங்களுக்கு உறுதி செய்தது எது? உங்கள் இரகசிய முடிவுக்கும், உணர்ச்சிகளுக்கும், தேவனைப் பற்றியப் பார்வைக்கும் இடையில் ஒரு உறவு உள்ளதா?

3. ஒரே வார்த்தையில் தேவனை விவரிப்பதென்றால், அந்த வார்த்தை என்னவாக இருக்கும்? ஏன்?

4. தேவனைப் பற்றிய உங்கள் பார்வையை வடிவமைப்பதில் அதிகமாய் பங்காற்றிய மனிதர்கள், வார்த்தைகள் மற்றும் நிகழ்வுகளைப் பட்டியலிடுக. இந்த சில வருடங்களில் தேவனைப் பற்றிய உங்கள் பார்வை எவ்வாறு மாறியுள்ளது? இந்த மாற்றத்திற்கு பங்களித்தது என்ன?

5. நம் தகப்பனைப் பற்றிய எது உங்களுக்கு மிக மேன்மையாய் தோன்றுகிறது?

6. எப்போதாவது பிதாவானவர் உங்களிடம் "நன்றாக செய்தாய்'' என்று சொல்லக் கேட்டுள்ளீர்களா? பிதா, குமாரன், பரிசுத்த ஆவியானவர் பேசுவதை உங்களால் உற்று கேட்க முடிந்தால், நீங்கள் என்ன கேட்டிருப்பீர்கள்? உங்களைப் பற்றிய எது பிதாவை சந்தோஷப்படுத்துகிறது?

7. எவ்விதங்களிலெல்லாம் "உங்கள் பதட்டத்தின் தூரிகையால் பிதாவின் முகத்தில் தாரை பூசினீர்கள்?" அதையே எப்படி உங்கள் கணவன் அல்லது மனைவி அல்லது நண்பர்களுக்கு செய்கிறீர்கள்?

8. மற்றவர்களின் ஏமாற்றத்தை உணரும்பொழுது அதற்கு எப்படி பதிலளிக்கிறீர்கள்? இந்த ஏமாற்றத்தின் காயத்திலிருந்து உங்களை எப்படி காத்துக்கொள்கிறீர்கள்? இந்த பிரச்சனையை சரி செய்ய நீங்கள் என்ன செய்கிறீர்கள்?

9. உங்கள் கடந்த கால காயங்கள் எப்படி நிகழ்கால சூழ்நிலைகள், மனிதர்கள் மற்றும் நிகழ்வுகளோடு தங்களைப் பொருத்திக்கொள்கிறது? கவலை வரும்பொழுது என்ன செய்கிறீர்கள்?

10. நீங்கள் வாஞ்சையோடு ஜெபிப்பது எதற்காக? ஏன்? எந்த விதத்தில் தேவன் உங்கள் ஜெபத்திற்கு பதிலளித்தார்? உங்களால் காணக்கூடாத விதத்தில் அவரால் பதிலளிக்க முடியுமா?

11. "நாம் பிதாவின் இருதயத்தை ஆவிக்குரிய அறிவினால் அறிந்துக்கொள்வதினால் ஜீவனை அடைந்து உயிர்பிக்கப்பட்டு, இந்த ஜீவன் மற்றவர்களை மையமாய் கொண்ட அன்பினால் நம்மை நிறைத்து, அந்த அன்பு மற்றவர்கள் மேலும், சிருடிப்பின் மேலும், நிரம்பி வழிந்து ஓடத்தக்கதாகவே வடிவமைக்கப் பட்டுள்ளோம்.'' என்ற இந்த வாக்கியத்தைப் பற்றி நீங்கள் என்ன நினைக்கிறீர்கள்?

பகுதி 2

அவதாரமும் ஒப்புரவாக்குதலும்

அதிகாரம் 5

அவர் அறிவார்

இயேசு, பாடுகளின் வழியாகத் தண்டனையை அனுபவித்ததின் மூலமாக, முகமில்லாதப், பெயரில்லாத, எங்கோ இருக்கும் நமது கற்பனைக் கடவுள் நம்மை மன்னித்தார் என்பது ஒப்புரவாக்குதல் அல்ல. மாறாகப், பிதாவின் மன்னிப்பு, பாவத்தின் அடிப்படை பிரச்சனைக்குள் ஊடுருவிச் சென்று, நாம் தேவனைவிட்டு பிரிந்திருக்கும் நரகத்திற்குள் கடந்துச் சென்று, செயலில் காட்டியதே ஒப்புரவாக்குதல் ஆகும். "பிதா, கிருபையுள்ளவராய் இருக்கும்படி எவரும் அவருக்குக் கற்றுக்கொடுக்க தேவையில்லை'' என்று ஜேம்ஸ் டோரன்ஸ் அவர்கள் சொல்வார். அவர் நம்மை மன்னிக்கும்படி வற்புறுத்தப்பட்டால், அதில் எந்தவிதமான அர்த்தமுமில்லை. மன்னிப்பு என்பது பிரதானமாக, பிதா, குமாரன் மற்றும் பரிசுத்த ஆவி ஒருவரை ஒருவர் நேசிப்பதிலிருந்து நிரம்பி வழிவதாகும். இந்த உன்னதமான மன்னிப்பிலிருந்துதான், அறிந்துகொள்ளப்படவும் பெற்றுக்கொள்ளவும் வாஞ்சை எழும்புகிறது.

அவருடைய பிள்ளைகள் அவருடைய இருதயத்தை அறிய முடியவில்லை என்று பிதா கண்ட பொழுதும், தமது பிதாவின் அன்பை நம்மால் பெற்றுக்கொள்ள முடியவில்லை என்பதைக் குமாரன் உணர்ந்தபொழுதும், பிதாவுடனான ஐக்கியத்தின் சந்தோஷம் நம் வாழ்வில் அனுபவிக்க முடியாமல் போனதை பரிசுத்த ஆவியானவர் கண்டபொழுதுமே ஒப்புரவாக்குதல் ஆரம்பமானது. ஒப்புரவாக்குதல் என்பது பிதா தம் குமாரனை நம் காரிருளினுள் அனுப்பியதைப் பற்றியதாகும். ஒப்புரவாக்குதல் என்பது, குமாரன் நம்மோடு தம்மை அடையாளப்படுத்தி, நம் கற்பனை கடவுளைப் பார்த்து, நம் பயத்தை உணர்ந்து, நம் உடைந்த நிலையை அவர் அனுபவிப்பதைப் பற்றியதாகும். ஒப்புரவாக்குதல் என்பது, நமது குருட்டாட்டத்திற்கும், பிதாவின் இருதயத்திற்கும் இடையில் இருக்கும் கொடூரமான இடைவெளியை இயேசு தம் சொந்த நிலைக்குள் அரவணைக்க, ஆவியானவர் பாலமிடுவதைப் பற்றியதாகும். ஆவியானவரின் ஐக்கியத்தில், இயேசுவோடு இணைந்துப் பிதாவை அறிந்து கொள்ளும் வரை, நம் விழுந்துபோன மனதை சரி செய்கிறதுதான் திரித்துவ தேவனின் பாடுகள்.

ஒப்புரவாக்குதல் என்பது, பிதாவின் மன்னிப்பு மாம்சமாகும்படி தீர்மானித்து, நம்முடைய திரிக்கபட்ட கண்ணோட்டத்தை மாற்றும்படி நம்முடைய விழுந்துபோன நிலைக்குள்ளாக மாம்ச அவதாரமாகும்படி உறுதிகொண்டதைப் பற்றியதாகும். நாம் அவரைப் பற்றி நினைத்திருக்கிற தவறான புரிந்துகொள்ளுதலை முழுவதுமாக மாற்றி பிதாவின் அன்பை நாம் உண்மையாக அறிந்து அனுபவிப்பதற்காக, பிதா, குமாரன், பரிசுத்த ஆவியானவருடைய உறவு, இணைப்பு, ஐக்கியம் நம்முடைய குருட்டாட்டத்திற்குள்ளும், காயங்களுக்குள்ளும், கவலைக்குள்ளும் நுழைந்தது. ஒப்புரவாக்குதலின் நோக்கம்,

இலக்கு மற்றும் வேலை, தேவனை மாற்றுவதல்ல. மாறாக, பிதாவோடு *நம்மை* ஐக்கியப்படுத்தவும், அதன் மூலம் அவரையும், அவரது தாராள இருதயத்தையும் அறிந்து அவருடைய அரவணைப்பின் விடுதலையில் வாழ்வதுமே ஆகும்.

ஆனால், மனிதனின் தவறான புரிதலுக்குள் நீங்கள் எப்படி ஊடுருவ முடியும்? மன்னிக்கும் பிதா நம் காரிருளினுள் புகுந்து, நம்மை வந்தடையும் முயற்சியைத் துவங்குவது எப்படி? நம்முடைய தவறான கண்ணோட்டங்களும், கடந்த கால காயங்களின் சுமைகளையும் தாண்டி, அவருடைய இருதயத்தை நாம் அறிந்துகொள்ளும்படி, நம்மை எப்படி அவர் இழுத்துக்கொள்ளுவார்? வெளிப்பாடுதான் இதற்கு பதில் ஆகும். ஆனால், நமது இருதயங்கள் சுகமாக்கப்படாமல் வெளிப்பாட்டினால் என்ன பயன்? ஒரு படம் அழகாயிருந்தும், நாம் அதைப் பார்க்கும் கண்ணோட்டம் தவறாக இருந்தால் அதனால் என்ன பயன்? நமது விழுந்து போன மனம் மாறாத வரை, நமது "உள்ளான இருதயம் அல்லது இயங்குமுறை" உடைந்ததாகவே இருக்கும். எனவே, வெளிப்பாட்டைப் பெற்றுக்கொண்டு, பிதாவை அறிந்துகொள்ளும் திறன் நம்மிடம் இல்லை. பிதா *சொல்வது* ஒன்றாக இருக்கிறது, நாம் *கேட்பது* முற்றிலும் வேறொன்றாக இருக்கிறது. பிதாவை குறித்த வெளிப்பாடு, அவரது பார்வையில் எவ்வளவு வல்லமையானதாய், தெளிவானதாய், தவறற்றதாய் இருந்தாலும், அது நம்முடைய தவறான கண்ணோட்டத்தின் மூலமாக பார்க்கப்படுவதால், அந்த வெளிப்பாடு நம்முடைய மனதில் திரிக்கப்பட்டதாகவே காணப்படுகிறது.

விழுந்துபோன மனது தவறாகச் செயல்படக்கூடிய ஒரு இயந்திரம் போன்றதாகும். இன்னும் சொல்லபோனால், அதைவிட மோசமானது ஆகும். காரணம், பிதா நம்மோடு தொடர்பு கொள்ளுவதை நாம் தவறாக புரிந்து கொள்வதோடு மட்டுமல்லாமல்; நம்முடைய தவறான புரிதலைக் கொண்டு, நமக்கான சொந்தக் கடவுளையே கட்டமைத்து விடுகிறோம். இது தவிர்க்க முடியாத ஒன்றாகிவிடுகிறது. நமக்கு வெளிப்படுத்தப்பட்ட சத்தியத்திலிருந்து, நம்முடைய கற்பனைகள் முற்றிலும் பிரிந்து, அந்நியமான ஒரு கடவுளைக் கட்டமைத்து விடுகிறது. பின்பு, தெய்வீகத்தைப் பற்றிய நமது இருண்ட கருத்துக்களை நிரூபிக்க, நாம் தேவனுடைய வார்த்தையையே தவறாக பயன்படுத்துகிறோம். நாம் கட்டமைத்துள்ள கடவுளே சத்தியம் என்பதை நிரூபித்து, அந்த புராணக் கதையை உறுதிபடுத்த, நமக்கு கிடைத்த வெளிப்பாடே பயன்படுகிறது. நாம் தேவனைக் குறித்த வியாக்கியானம் என்னும் பயமுறுத்தும் கனவிலே மாட்டிக்கொண்டோம் என்று கூட தெரியாமல் இருக்கிறோம். அந்த கனவு நமக்கு மிக இயல்பானதாகவே தோன்றுகிறது, எனவே நாம் தேவனைப் பார்க்கும் பார்வையை சந்தேகிப்பதேயில்லை. இதை தவிர நம் தேவனை பற்றி வேறு எப்படியும் நினைத்து கூட பார்க்க முடியாது. நம் மனதில் கேள்வி கேட்கப்படாத ஒன்று இருக்குமானால், அது தேவனை பற்றிய நம்முடைய பார்வையே. அது தவறாக இருக்க வாய்ப்பே இல்லை என்று நாம் நம்புகிறோம்.

நமது விழுந்துபோன மனதின் புதைக் குழியினின்று தப்பிப்பது எப்படி? பயமுறுத்தும் கனவுலகினின்று வெளியேறி மனிதகுலம் மெய்யான பிதாவை அறிவது எப்படி? பிதாவை அவர் இருக்கும் விதமாகவே பார்த்து, அதன் மூலம் அவரது அரவணைப்பில் நம்பிக்கையோடும், விடுதலையோடும், சந்தோஷத்தோடும் வாழத் துவங்குவது எப்படி? பிதாவை யாரால் அறிய முடியும்?

மனிதனின் அவல நிலை மெய்யாகவே நம்பிக்கையற்றது. நமக்கு ஒரே ஒரு மனது உண்டு; அதுவும் சத்தியத்திற்கு முற்றிலும் தூரமாய் இருக்கிறது. எனவே, நமது திரிக்கப்பட்ட சுய-ஒப்பீடுகளின் பொருத்தமின்மையிலிருந்து தப்பிப்பது சாத்தியமற்றதாகிறது. நமது விழுந்துப்போன மனதிலிருந்து வெளியேராமல் இருப்பதால், நம்முடைய புராணக்

கதைகளை நம்மால் புறம்பே தள்ளமுடிவதில்லை. இதனால், பிதாவின் இருதயத்தைப் பற்றிய மெய்யான கண்ணோட்டத்தை நம்மால் பெறவும் முடிவதில்லை. அப்படியே நாம் அதைப் பெற்றாலும், அது சத்தியம் என்பதை நம்மால் நம்ப முடியாது. அது நம்ப முடியாத அளவுக்கு நல்லதாயும், நமக்கு அந்நியமானதாயும், மிகவும் விசித்திரமானதாயும், நம்மால் ஏற்றுக்கொள்ள முடியாததாயும் இருக்கும். நாம் பிதாவை அறிந்துகொள்வது முற்றிலும் சாத்தியமற்றது என்ற கசப்பான உண்மையை எதிர்கொண்டவர்களாகவும், அவர் அளிக்கும் நிச்சயத்தைப் பெற்றிராத வாழ்க்கையினால் துயரம் நிறைந்தவர்களாகவும் வாழ்கிறோம். ஆனால், இப்பொழுது, திரித்துவ உபதேசத்தையும், பிதாவின் நித்திய குமாரன் மாம்ச அவதாரத்தின் அதிர்ச்சியூட்டும் நிஜத்தைக் கண்டு பாராட்ட நிதானம் பெற்றுள்ளோம்.

திரித்துவ உபதேசம் என்பது, நிச்சயமாக தேவன் தனியாக இல்லை என்பதாகும். தெய்வத்துவத்துக்குள் உறவு உள்ளது - மூன்று நபர்கள் பரஸ்பர அன்பு மற்றும் ஐக்கியத்தில் தங்கள் தனிப்பட்ட தனித்துவத்தை இழக்காமல் ஒன்றாய் இருக்கிறார்கள். பிதா, குமாரன் மற்றும் பரிசுத்த ஆவியானவரின் உறவு மற்றும் ஐக்கியம், ஆழமானதும் மெய்யானதுமாய், வெளிப்படையானதும் அதே சமயம் நெருக்கமானதுமாய் இருக்கிறது. இத்தகுத் தூய அன்பினால் அனல்மூட்டப்பட்டதாலேயே, வரலாற்று கிறிஸ்தவத்தோடு நாமும் இணைந்து, “அவர்கள் ஒன்றாய் இருக்கிறார்கள்” என்று சொல்ல உந்தப்பட்டுள்ளோம். “ஒருவர்” என்ற விளக்கத்தை விட குறைவான எதுவும் அவர்கள் உறவின் ஆழம் மற்றும் நெருக்கத்திற்குத் துரோகம் செய்வதாயிருக்கும். அவர்கள் ஒன்றாய் இருந்தும் பிதா குமாரனாகவோ அல்லது ஆவியானவராகவோ மாறவில்லை; அதேப்போன்று குமாரனும், ஆவியானவரும் ஒருவராக மற்றொருவரும் அல்லது பிதாவாகவோ மாறவில்லை. இது ஒரு ஒருமைப்பாட்டின் உறவேயல்லாமல், மற்றொருவராக மாறும் உறவு அல்ல. இது முற்றிலுமாக ஐக்கியத்தில் பரஸ்பரமாகத் தன்னைத்தான் விட்டுக் கொடுக்கும் அன்பின் உறவாகும்; இதில் பிதா, குமாரன் மற்றும் பரிசுத்த ஆவியானவருக்கு ஒருவரை ஒருவர் அறிந்துகொள்ளவும், ஒருவரால் ஒருவர் அறியப்படவும் சுதந்திரம் இருப்பதால், அவர்கள் இந்த பிணைப்பில் தங்களை இழக்காமல் காரியங்களை ஒன்றாக பகிர்ந்து கொள்கின்றனர்.

தேவனுடைய திரியேக ஜீவனின் நிஜத்தின் அர்த்தம் என்னவென்றால், அந்நியராய், அந்நியப் பார்வையில் சிக்கி இருக்கும் மனித குலத்திற்கு நம்பிக்கை இருக்கிறது என்பதே. வெறும் வியாக்கியானத்தின் பயமுறுத்தும் கனவு மட்டுமே கதையின் முடிவல்ல. பிதாவை மெய்யாய் அறிந்து அவரோடு ஆவியானவரின் ஐக்கியத்தில் அனைத்தையும் பகிர்ந்து கொள்ளும் ஒருவர் உண்டு; பிதாவுக்கு அந்நியராய் இராமல் அவருடைய இருதயத்தை இயல்பாகவே அறியக்கூடிய ஒருவர் உண்டு, பிதாவை இருக்கும் விதமாகவே அறிந்த ஒருவர் உண்டு; பிதாவை முகமுகமாய் பார்த்து அவருடைய தயாளமான அன்பை அனுபவிக்கும் ஒருவர் உண்டு. அவரை நம்பும் ஒருவர் உண்டு. இப்பொழுது *கற்பனைச் செய்து பாருங்கள்* - இந்த ஒருவர் நமது காரிருளினுள் பிரவேசித்தால் என்னவாகும்? இப்படிப்பட்ட தேவகுமாரன் மனிதனானால் என்னவாகும்? இந்த குமாரன் கரடு முரடான, திரிக்கப்பட்ட ஆதாமின் விழுந்துப்போன மனதிற்குள் நுழைந்தால் என்னவாகும்?

“பிதாவை நமக்கு வெளிப்படுத்தும்படி குமாரன் மனிதனாய் மாறினால் என்னவாகும்?” என்று நான் சொல்லவில்லை. அப்படிப்பட்ட வெளிப்பாடு, முற்றிலும் விமர்சனத்துக்குரியது; அந்த வெளிப்பாடு மட்டுமே பிரச்சனைக்குத் தீர்வாகாது. காரணம் நாம் குருடராயிருப்பதால் நம்மால் அந்த வெளிப்பாட்டை பெற்றுக்கொள்ள முடியாது. அதிலும் மோசமானது என்னவென்றால், நாம் ஏற்கனவே பார்த்ததைப் போன்று, நமது

திரிக்கப்பட்ட மனது, பிதாவைப் பற்றிய வெளிப்பாட்டை, நாம் உருவாக்கிய பொய்யான கடவுளின் ஆதாரமாக்கி விடும். ஆனால் பிதாவின் சொந்த குமாரன், ஆதாமின் மாம்ச சரீரத்தில் நுழைந்து, ஆதாமின் விழுந்து போன கண்ணோட்டத்தை தரித்துக்கொண்டு, நமக்காக பிதாவின் வெளிப்பாட்டை *பெற்றுக்கொண்டால்* என்னவாகும்? மற்றும் அதை செய்ய நமது திரிக்கப்பட்ட காரிருளையே அவர் பயன்படுத்தினால் எப்படி இருக்கும்?

அதிகாரம் 6

அதிர்ச்சியூட்டும் செய்தி

மாம்ச அவதாரத்தில் அதிர்ச்சியூட்டும் காரியங்களாக இவைகளே நடந்தது. பிதாவின் நித்தியக் குமாரன் மாம்சமானார். அவர் நமது மனிதத்துவத்தினுள்ளும், நமது ஆழமான குருட்டாட்டத்தினுள்ளும் பிரவேசித்தார். தேவனை மாற்றும்படி இயேசு வரவில்லை. அவர் நம்மோடு தம்மை அடையாளப்படுத்திக் கொண்டு, நம்முடைய குழப்பத்திலே நம் பக்கமாக நின்று நம்முடையக் குருட்டாட்டத்திலும் வெட்கத்திலும், நாம் எப்படி பிதாவைப் பார்க்கிறோம் என்பதைப் பார்க்கும்படியாக வந்தார். அவர் நமது மாபெரும் காரிருளில் முகாமிட்டு, நாமிருக்கும் குழிக்கு வெளியே அதின் எல்லையில் நின்று கூச்சலிட வரவில்லை. அவர் அந்தக் காரிருளில் உள்ளே நுழைந்து, ஆதாமின் கண்ணோட்டத்திலிருந்து நரகத்தை அனுபவிக்க வந்தார். அதன் மூலம் தம் பிதாவோடுள்ள தனது ஐக்கியத்திற்கும், கொடூரமான கட்டுக்கதைகளில் சிக்கியிருக்கும் மனிதக்குலத்திற்கும் இடையில் பாலமிடவுமே வந்தார்.

அவதாரத்தின் அற்புதம் என்னவெனில், பிதாவின் குமாரன் மனித வாழ்வுக்குள் மாத்திரம் நுழையவில்லை; அவர் ஆதாமின் விழுந்து போன மனது, திரிந்து போன அவனது கண்ணோட்டம் மற்றும் அவனது கட்டுக்கதைகளால் உண்டான துயரமான வாழ்வு என்னும் புதைக்குழியினுள்ளேயும் நுழைந்தார். சுவிசேஷம் போதிப்பதைப் போன்று வார்த்தை மனிதனாக மட்டுமல்ல *மாம்சமாகவே* மாறினார் (யோவான் 1:14). இயேசு, பின் தாழ்வாரத்தில் அழுது கொண்டிருந்த ஜானைப் போலானார், தன் காயப்பட்ட கண்களிலிருந்து பார்த்த ஸ்டிஃபேனியைப் போலானார். அவர் நமது சோகமானக் காரிருளில் நின்று, நமது வெட்கத்தை உணர்ந்து, நம்முடைய சிதைந்துப்போன கற்பனையின் மூலம் நாம் உண்டாக்கின கற்பனைக் கடவுள் உள்ளேயும் நுழைந்தார். ஆதாம் பிதாவின் முகத்தை எப்படியெல்லாம் சித்தரித்தானோ, அவன் அவ்விதமாய் சித்தரிக்கும் போது எப்படியெல்லாம் உணர்ந்தானோ, அவற்றையெல்லாம் இயேசு கிறிஸ்து பார்த்தும் உணர்ந்தும் இருக்கிறார். ஆதாம் எவ்வித நிஜத்தோடும் உண்மையோடும் அதைப் பார்த்து உணர்ந்தானோ இயேசுவும் அவ்விதமாகவேப் பார்த்தும் உணர்ந்துமிருக்கிறார்.[4]

பிதாவின் நித்திய குமாரன் மெய்யாகவே நமது விழுந்துபோன உலகினுள் நுழைந்தார். நம்முடையத் துன்பத்திலிருந்துத் தன்னைத் தற்காத்துக் கொள்ள எந்தப் பாதுகாப்பு கவசமுமின்றி, நாம் படும் துன்பத்தை அவரே அனுபவிக்க வந்தார். எனவே

4 கிறிஸ்துவின் வேலையின் முழுமையான சிகிச்சைக்காக, சி. பாக்ஸ்டர் க்ரூகர் அவர்களின், *இயேசுவும், ஆதாமின் செயலை நீக்குதலும்* (ஜாக்சன்: பெரிக்கோரஸிஸ் பதிப்பகம், 2003) மற்றும் மாபெரும் நடனம் (ஜாக்சன்: பெரிக்கோரஸிஸ் பதிப்பகம், 2000 மற்றும் வான்கோவெர்: ரிஜெண்ட் கல்லூ ரி வெளியீடு, 2005) ஐ பார்க்கவும்.

தன் பிதாவின் முகத்தில் மனித காயங்களைக் கொண்டு தார் பூசிய இவ்வுலகத்தை அணைத்துக் கொண்டார். ஆம்! பிதாவின் கண்களை, அலட்சியம், அருவருப்பு, புறக்கணிப்பு மற்றும் நியாயம் தீர்க்கும் விதத்தில் வண்ணம் தீட்டிய நம்முடைய கற்பனை கட்டுக்கதைகளின் உலகத்தை அணைத்துக் கொண்டார். நாம் உருவாக்கின கற்பனை கடவுளின் குணாதிசயத்தைக் கேள்வி கேட்க வேண்டும் என்ற எண்ணம் நம் மனதில் வராத அளவுக்கு, விழுந்து போன மனது உருவாக்கின கற்பனை கடவுள் நமக்கு நிஜமாக இருக்கிறது. தற்காப்பின் பயம், நம்மை நாமே மறைத்துக்கொள்ளுதல், நொறுக்கப்பட்ட நிலை என்ற காரிருளினுள் வாழ்ந்து கொண்டிருந்த நம்முடைய குருட்டாட்டத்தை, அவர் தொலைவில் நின்று வேடிக்கைப் பார்க்க மறுத்து, அதற்குள் நுழைந்தார்.

"என் தேவனே, என் தேவனே, ஏன் என்னை கைவிட்டீர்?"[5] யாருடைய அழுகுரல் இது? இது, பார்வையற்றவனாய், நடுநடுங்கி, தன்னை புதர்களுக்குள் ஒளித்துக் கொண்ட ஆதாமின் அழுகுரலல்லவா? இது பின்தாழ்வாரத்தில் ஜானின் எலும்புகளை சிலிர்க்கச்செய்த முடிவின் அழுகுரலல்லவா? இது, ஸ்டிஃபேனியின் சிறு பிராயத்தில் உண்டான கொடூரமான தீர்ப்பு அல்லவா? இது பிதாவைக் குறித்த மெய்யான பார்வையற்று, மாபெரும் காரிருளில் சிக்கித் தவிக்கும் ஒவ்வொரு மனித இருதயத்தின் சொல்லமுடியாத பயமல்லவா? நாம் கடவுளால் நிராகரிக்கப்பட்டவர்கள் என்று உணரும் போது, நம்மை வாடப்பண்ணுகிற, பயங்கரமான, குடலை பிரட்டுகிற வலி நமக்கு ஏற்படுகிறது - இந்த கொடூரமான நரகத்தையல்லவா இயேசு ஏற்றுக்கொண்டார்?

கடவுள், ஒரு நிலையற்ற, துரிதமாய் கோபம் கொள்ளும் நியாயாதிபதி, ஒவ்வொரு அசைவையும் அளவிடமுடியா தொலைவிலிருந்து அங்கிகரிக்க முடியா இதயத்தோடு பார்த்துக் கொண்டு இருக்கும் ஆதாமின் தேவனை இயேசு பார்த்தார். அவர், ஆதாமின் கண்ணோட்டத்திலிருந்து இந்த கடவுளை பார்த்தார். நம் கோபம் நிறைந்த கற்பனைகளின் அவமானத்தின் கீழ், சுயநீதியாளர்களின் முடிவில்லாத தவறான புரிதலால் கேலி செய்யப்பட்டவரையும் மற்றும் அனைத்தையும் நோட்டமிடும் மதக் கண்களின் பரியாசத்தின் ஊடாய், இயேசு நம் கற்பனை கடவுளான, விழுந்து போன மனதின் கடவுளான ஆதாமின் கடவுளை சந்தித்தார்.

அவர் நம்மோடு தம்மை அடையாளப்படுத்திக்கொண்டார். "நான் ஏற்றுக் கொள்ளப்படாதவன், நான் போதுமானவனல்ல, நான் முக்கியமானவனல்ல", என்ற பயமுறுத்தும், துன்புறுத்தும் மெல்லிய சத்தத்தை அவர் கேட்டு, அதன் கசப்பான நியாயத்தீர்ப்பை அவர் உணர்ந்தார். நம் தோல்வியின் வதந்தியை தோட்டத்தின் இலைகள் உரசி கிசுகிசுக்க, அவர் அந்த கொடூரமான புறக்கணிப்பு மற்றும் கைவிடப்படுதலின் நிழல்களின் ஊடாய் உற்று நோக்கினார். ஆதாமின் மனிதத் தன்மையை உடுத்திக் கொண்டு, உலகளாவிய நிராகரிப்பின் மிருகத்தனமான தனிமையினால் குத்தப்பட்டு, அவர் "*நான் ஏற்றுக் கொள்ளப்படாதவன், நான் போதுமானவன் அல்ல, நான் தேவனிலிருந்து பிரிக்கப்பட்டிருக்கிறேன் - ஆதாரம் எல்லா இடங்களிலும் உள்ளது*" என்ற அந்த வடிகட்டிய பொய்யின் முன், வார்த்தைகளற்றவராய் நின்றார்.

நாம் பார்ப்பவற்றைப் பார்த்து, நாம் உணர்ந்தவற்றை உணர்ந்து, நாம் அறிந்தவைகளை அறிந்து, அதற்கும் மேலாகவும் அறிந்து, தொட்டில் முதல் கல்லறை வரை இயேசு கிறிஸ்து நம்மில் ஒருவராகவே இருந்தார். நம்முடைய மனசாட்சியால் பாதிக்கப்பட்டவராக,

5 சங்கீதம் 22:1; மத்தேயு 27:46. சிலுவையில் இயேசுவின் அழுகுரலைப் பற்றிய மேலும் விரிவான கலந்துரையாடலுக்கு சி. பாக்ஸ்டர் க்ரூகர் அவர்களின், *இயேசுவும் ஆதாமின் செயலை நீக்குதலும்* (ஜாக்சன்: பெரிக்கோரஸிஸ் பதிப்பகம், 2003), பிபி.58 எஃப் எஃப்.35 பார்க்கவும்.

தீமையின் குரலினால் துன்புறுத்தப்பட்டவராகவும், மற்றும் தமது சொந்த ஜனத்தாலுமே பாடுகள் அனுபவித்தவராகவும் - இயேசு நாம் சந்திக்க தைரியமற்றிருக்கும் அனைத்தையுமே அனுபவித்தார். முற்றிலுமாக கண்ணுக்குத் தெரியாத கரங்கள் அவரது பிணைக்கப்படாத ஆத்துமாவை இழுத்து வளைத்துக் கொண்டபொழுது, நிராகரிப்பின் முன் தனி ஒருவராய் நின்று அதை எதிர்த்துப் போராடினார்.

அதிகாரம் 7

அவர் பிதாவைக் கண்டறிந்தார்

ஆனால் - என்ற இந்த வார்த்தையில்தான் உலக வாழ்வும் அதன் இலக்கும் தொங்கி நிற்கிறது. *ஆனால்* – இயேசு அதன் ஒரு வார்த்தையைக் கூட நம்பவில்லை. ஆதாமின் கடவுளை முகமுகமாய் சந்தித்தும், ஆதாம் உணர்ந்ததை உணர்ந்தும், மக்களின் நிராகரிப்பின் பாரத்தால் நொறுக்கப்பட்டும், இயேசு இந்த தீர்ப்பையும், இவ்வுலகின் கடவுளையும், இந்த எதிர்காலத்தையும், மெய்யென்று அங்கிகரிக்க மறுத்தார். ஆதாமின் விழுந்து போன உலகத்தில் இறங்கினாலும், அவர் "விழுந்துபோவதை" முற்றிலுமாக நிராகரித்தார். பிதாவை அறிந்த அவர், தீமை, நிராகரிப்பின் பயம், கைவிடப்படுதலின் அச்சுறுத்தல், இப்பிரபஞ்சத்தின் தனிமை, ஜனங்களை ஆண்டு கொண்டிருந்த குருட்டாட்ட கண்ணோட்டம் ஆகியவற்றின் மெல்லிய சத்தம் ஒலித்துக் கொண்டிருந்த, கடினமான திரிக்கப்பட்ட நம் காரிருளான உலகத்தையும் மற்றும் அதன் வலியையும் அரவணைத்தார். அங்கே, நல்மேய்ப்பராகிய இயேசு, ஆடுகளை வழிதவறச் செய்வதாக குற்றம் சாட்டப்பட்டார்; அபிஷேகம்பண்ணப்பட்டவர், அசுத்த ஆவியினால் பிடிக்கப்பட்டதாக குற்றம் சாட்டப்பட்டார்; பிதாவின் உண்மையான குமாரன் அங்கு முறை தவறிப் பிறந்தவராய் பரியாசம் செய்யப்பட்டு நிராகரிக்கப்பட்டார். இவையனைத்தின் மத்தியிலும், இயேசுவோ நின்று எதிர்கொண்டார்! இயேசு, முழு உலத்திற்கும் எதிராகவும், நம்முடைய மாயையான ஆழிகளின் ஊடாகவும், நமது இரவு நேர கனவின் பயங்கரங்களின் ஊடாகவும், தமது சொந்த ஜனத்தின் விரோதமான தீர்ப்பு மற்றும் ஏளனத்திற்குள்ளும் இறங்கி, அவர்கள் தன் பிதாவின் முகத்தை கண்டறியப் போராடினார். அவர், ஆதாமின் மாம்ச சரீரத்தில் நுழைந்து, நம் தவறான கண்ணோட்டத்தின் மூலமாக, நிலையற்ற கண்காணிப்பாளனைப் உற்று நோக்கி, இவ்வுலகின் பைத்தியக்காரத்தனத்தின் சோக நிலையை உணர்ந்தவராய், இயேசு தம் பிதாவையும், பரிசுத்த ஆவியின் ஐக்கியத்தில் அவரது தயாளமான அரவணைப்பையும் கண்டறிந்தார்.

ஒப்புரவாக்குதல் என்பது தேவனை மாற்றுவதைப் பற்றியதல்ல. அது, பிதாவின் குமாரன் நம் காரிருளில் நுழைந்து, அந்த காரிருளின் வலியை அனுபவித்து, பிதாவின் இருதயத்திற்கும் நம் பயங்கரமான குருட்டாட்டத்திற்கும் இடையே ஒரு உயிரோட்டமான தொடர்பையும், தனிப்பட்ட உறவையும் ஏற்படுத்துவதே ஒப்புரவாக்குதல் ஆகும்.

அங்கலாய்த்த மனித குலத்தின் கணிப்புகளால், பிதாவின் இருதயத்தைப் பற்றிய வெளிப்பாடு மிகவும் அலங்கோலமாக்கப்பட்டது. இத்தகைய விழுந்துபோன மனது, மனு அவதாரமெடுத்த குமாரனில் ஒப்புரவாகுதலுக்கான அஸ்திபாரத்தைக் கண்டுபிடித்தது. அவர் ஆதாமின் கடவுளை நம்ப மறுத்தார். நாம் நமது தவறான நம்பிக்கை, கணிப்புகள், கவலை, நம்பிக்கையின்மை, இளைப்பாறுதலற்ற நிலை மற்றும் நமது பாதுகாப்பின்மையில் மூழ்கியிருந்த பொழுது, நமது பயம் நிறைந்த ஆத்துமாக்களின் வலியை தாங்கி, அவர்

பிதாவைக் குறித்த தமது சொந்த அறிவை நமக்குள்ளாக வைத்தார். நம் விழுந்து போன உள்ளத்தின் நரகத்திலும், அதினிமித்தம் அது, உலகம் மற்றும் உறவுகளில் ஏற்படுத்தும் நரகத்திலும், குமாரன் தனக்குத்தானே உறுதியாக நின்று, பிதாவின் குமாரனாகவே இருந்தார். அவர் விசுவாசித்தார். தனிமையாய், குற்றம் சாட்டப்பட்டவராய், துன்புறுத்தும் மெல்லிய சத்தத்தை உணர்ந்தவராய், அமைப்புமுறைகளின் அவமானத்தை மற்றும் ஏளனத்தை அனுபவித்து, காரிருள், வலி, நிராகரிப்பு, அறியாமையின் திரை, கட்டுக்கதை மற்றும் அதன் பயங்கரம் ஆகியவற்றுடன் அவர் போராடி, பிதாவின் அன்பை அனுபவித்தார்.

இன்னல்களிலும், சோதனையிலும், பாடுகளிலும், குற்றவுணர்ச்சி மற்றும் வெட்கத்திலும், உள்ளும் புறம்புமான பயத்திலும், எல்லாவற்றிலும் அவர் மாபெரும் காரிருளை உடைத்து தம் பிதாவைப் பற்றிய அறிவை ஒவ்வொரு சந்தர்ப்பத்திலும் வெளிக்கொண்டுவந்தார். மனித விரக்தியின் ஒவ்வொரு நிலையிலும், இயேசு தம் பிதாவையும், பரிசுத்த ஆவியியானவரின் அரவணைப்பால் வரும் சுகமாக்கும் ஐக்கியத்தையும் கண்டறிந்தார். அவர் தம் முழு இதயத்தோடும், ஆத்துமாவோடும், மனதோடும், பெலத்தோடும் பிதாவை அன்புக் கூர்ந்தார். தம்முடைய அன்பின் குமாரனுடைய அவதார வாழ்வு, மரணம், உயிர்த்தெழுதல் மற்றும் பரமேறுதல் மூலம் வெளிப்பட்ட பிதாவினுடைய ஒப்புரவாக்குதலின் அன்பின் அற்புதம் இதுவே. தம்மைக் குறித்த நமது நிராகரிப்பின் கசப்பையே அவர் பயன்படுத்தி நமது பிரிவில் இன்னும் ஆழமாய் உட்செல்லப் பயன்படுத்திக் கொண்டு, பிதாவை அறிந்த அவரே நம் காரிருளை அணைத்துக் கொண்டார்.

இது எப்படி ஆகும்? நித்திய பிதாவின் குமாரன் மெய்யாகவே நமது குருட்டாட்டம், பயம் மற்றும் பாதுகாப்பின்மையினுள் எப்படி பிரவேசிக்க முடியும்? *அவர்* ஆதாமின் கட்டுக்கதை உலகினுள் நுழைந்து, நமது திரிக்கப்பட்ட பார்வையின் சுமையை தம்மேல் எப்படி எடுத்துக்கொள்ள முடியும்? பிதாவோடு முகமுகமாய் வாழும் பிதாவின் குமாரன், அந்நிய கடவுளைப் பற்றிய புதிராலும், அதன் பாதுகாப்பின்மைகள், அதன் வலி, நிராகரிப்பின் பயம், சுயநலமாய் இருப்பது மற்றும் தொடர்ந்து மறைந்தே வாழுதல் ஆகியவற்றை உள்ளடக்கிய ஆதாமின் விழுந்துப்போன மனதை எப்படி நினைத்துப் பார்க்க முடியும்? இந்தக் குமாரன் உலகத்தின் குற்றவுணர்வினால் எப்படி கஷ்டப்பட முடியும்? இங்குதான் ஒப்புரவாக்குதலின் அர்த்தம் மற்றும் அவதாரத்தின் முரண்பாடு நிறைந்த உண்மை உள்ளது.

தேவ குமாரனனின் அவதாரம் என்பது, பிதா, குமாரன் மற்றும் பரிசுத்த ஆவியின் ஐக்கியத்தின் அவதாரமே. அப்படியென்றால், நொறுங்கிப்போன ஐக்கியத்தை உள்ளடக்கிய நமது கட்டுக்கதை உலகில், இந்த திரித்துவ ஐக்கியம் அவதரித்தது என்பதே. பிரியமான குமாரன் தமது குமாரத்துவத்தோடு, பிதாவுடனான தனது முறியாத ஐக்கியத்தில், நமது நரகத்தினுள் வாழ்ந்து காண்பித்தார். பிதாவுடனான அவருடைய உறவின் அழகு, நம்மை வெறுமையானவர்களாய், கவலை நிறைந்தவாகளாய் , உடைந்திருப்போராய் வெளிப்படுத்திக்காட்டியது. ஆவியில் நிரம்பிய அல்லது ஆவியால் நடத்தப்பட்ட அவரது வாழ்வு, நமது மதம் இறந்துவிட்டதாக வெளிப்படுத்தியது. அவருடைய நன்மை, நம் பாசாங்குகளை தோலுரித்து காட்டியது. நாம் அதற்காகவே அவரை வெறுத்தோம். நாம் அவரை நிராகரித்து அவருடைய இருதயத்தை ஏளனம் செய்தோம். நம் தவறுகளுக்காக, நாம் அவரை பலிக்கடாவாக ஆக்கினோம்.

“*அவரை சிலுவையில் அறையும்! சிலுவையில் அறையும்!*” (மாற்கு 15: 13-14; யோவான் 19:6). இது “இயற்கையான” மனதின் உலகலாவிய தீர்ப்பாகும். 33

ஆண்டுகளாக இயேசு, நம்மால் துஷ்பிரயோகம் செய்யப்பட்டார். அவர், நமது விரோதம், அலட்சியம் மற்றும் நிராகரிப்பின் நஞ்சு நிறைந்த வலியை அனுபவித்தார். அவர் இந்த அனுபவத்தையே, அவதாரத்தின் வழியாக உபயோகித்துக் கொண்டார். ஜே.பி.டோரன்ஸ் அவர்கள் சொல்வதைப் போன்று, தம் பிதாவைக் குறித்த அறிவை, நம் பயங்கரமான முறிவின் "பட்டறைகல்லின் மீது, சுத்தியலாக பயன்படுத்தினார்". தமது பிதாவின் அன்பையும், ஆவியின் சாட்சியையும் பற்றிக்கொண்டு, இயேசு, திரித்துவ ஐக்கியத்தின் அவதாரத்தை, நமது மனித வாழ்வின் நரகத்தில் அனுபவித்து *வேதனைப்பட்டார்.* நம்முடைய கோபத்திற்கும், நிராகரிப்பிற்கும் பதிலாக தம்முடைய கோபத்தையும், நிராகரிப்பையும் பதிலடியாய் கொடுக்காமல், நம்முடைய பகையை இயேசு அணைத்துக் கொண்டார். அவர் நம் கோபத்தை சந்தித்தும், உணர்ந்தும், சகித்தும் இருக்கிறார். அவர், நம்முடைய புறக்கணிப்பை தனிப்பட்ட விதத்தில் அனுபவித்துள்ளார். அவர் அப்படி செய்ததின் நிமித்தம், மனிதனின் மோசமான வாழ்வுக்கும், அவர் வாழ்ந்துகொண்டிருக்கிற திரித்துவ ஜீவனின் வாழ்வுக்கும் இடையில் ஒரு மெய்யான உறவை ஏற்படுத்தியிருக்கிறார்.

ஒப்புரவாக்குதல் என்பது ஏதோ ஒரு தத்துவ உபதேசமல்ல; அல்லது இது ஒரு செய்தியுமல்ல. ஒப்புரவாக்குதல் என்பது, இயேசுவிலே அவருடைய வலி நிறைந்த அவதாரத்தின் மூலம், மனித குலத்திற்கும் திரித்துவ தேவனுக்குமிடையில் ஏற்படுத்தப்பட்ட உறவைப் பற்றியதாகும். பிதாவை அறிந்த குமாரனுக்கும், காரிருளில் தொலைந்து போன மனித குலத்திற்கும் இடையிலான சாத்தியமற்ற இந்த ஐக்கியத்தில், அவதாரம் மற்றும் ஒப்புரவாக்குதலின் இரகசியமும் – மனித குலத்தின் நம்பிக்கையும் உள்ளது.

பிதாவை அறிந்த ஒருவர் இருக்கிறார். உடைந்து திரிந்திருக்கும் நமது தவறான நம்பிக்கை மற்றும் பயத்தை முன்னிறுத்தும் நம் உலகத்திலிருந்து, பிதாவின் முகத்தைப் பார்த்து நம்புகிற ஒருவர் இருக்கிறார். நமது பயங்கரமான இராகனவில் இருந்த ஒருவர், மாபெரும் இருளியிலிருந்த ஒருவர், மனித துரோகத்தின் நரகத்திலிருந்த ஒருவர் பிதாவின் நிச்சயமான இருதயத்தை நன்கு அறிந்து இருக்கிறார். இருள் நிறைந்த, பயங்கரமான, ஆதாமின் விழுந்து போன மனதின் கட்டுக் கதைகள், இயேசு கிறிஸ்துவிலே, ஊடுருவப்பட்டு, அனுபவிக்கப்பட்டு, அம்பலமாக்கப்பட்டு, சிதறடிக்கப்பட்டும் இருக்கிறது. நமது நரகத்தின் ஆழமான இடுக்குகளிலும் அவர் பிதாவை அறிந்திருக்கிறார்.

அதிகாரம் 8

இப்படியும் இருக்குமானால்

ஆதாமின் பயங்கரமான இருளின் வலியில், பிதாவைக் குறித்த சத்தியத்தை நாம் அறிந்து, அவருடைய அளவற்ற அன்பை உணர்ந்து, ருசித்து அனுபவிக்காத வரைக்கும் பிதாவின் இருதயத்தில் இளைப்பாறுதல் இல்லை. இதற்காகவே தேவ குமாரன் மனிதனானார். அவர், எப்பொழுதும் தனது பிதாவையும் அவரது அரவணைப்பில் உள்ள வாழ்க்கையையும் அறிந்தவர். ஆனால் இப்பொழுதோ, நமது வலி, காயங்கள் மற்றும் பயத்தின் உள்ளிருந்து பிதாவையும், அவரது அரவணைப்பில் வாழும் வாழ்வையும் அறிய வந்தார்.

இப்பொழுது, ஆதாமின் அதிர்ச்சியூட்டும் கட்டுக்கதைகளின் நரகத்திலிருந்து வந்த ஒருவர், பிதாவின் வலது பாரிசத்தில் வீற்றிருக்கிறார். அவர் நொறுக்கப்பட்ட, உடைந்த கண்ணோட்டத்திலிருந்து பிதாவைப் பார்க்காமல், அவரைத் தெளிவாய் முகமுகமாய் பார்க்கிறார். இயேசு கிறிஸ்து பிதாவின் கண்களில் என்ன பார்க்கிறார்? அவர் அறிவது என்ன? அவர் என்ன உணர்கிறார்? அவர் அனுபவிப்பது என்ன?

அது நம்பிக்கையின்மையா? பயமா? இயேசு பயந்துள்ளாரா? தொடர்பற்ற, அலட்சியமான, தான் செய்யும் எந்த செயலையும் ஏற்றுக்கொள்ளாத இருதயத்தோடு கண்காணிக்கும் ஒரு தகப்பனுக்கு அருகில் அமர்ந்திருப்பதாய் இயேசு உணருகின்றாரா? தன் குமாரனை ஒரு நியாதிபதியின் இருதயத்தோடு பார்க்கிறார் என்பதுதான் அடிப்படை சத்தியமா? “நான் ஏற்றுக்கொள்ளப்படாதவன், நான் முக்கியத்துவமற்றவன், நான் மதிப்பற்றவன்” என்ற மெல்லிய சத்தம் பரலோகம் முழுவதும் ஒலித்துக் கொண்டிருப்பதாய் இயேசு கேட்கிறாரா? சகலமும் சீரடையும் என்று எண்ணி, தன்னுடைய பலவீனங்களை மேலோட்டமாக பார்த்துவிட்டு, நம்புவதற்கு ஏதுவல்லாத சூழ்நிலையில் நம்புவதற்காக போராடினாரா? உலகத்தின் ஏளனமான தீர்ப்பு பிதாவின் முகத்தில் பிரதிபலிப்பதை அவர் பார்த்தாரா?

இதை ஆழமாக சிந்தித்துப் பாருங்கள். இயேசு கிறிஸ்து, பிதாவின் வலது பாரிசத்தில் என்ன அனுபவிக்கிறார்? நரகத்தின் தீப்பிழம்புகளின் மீது தொங்கும்போது, அவர் பயந்து போனாரா? தன்னை ஒளித்துக்கொள்வதினாலும், வெளித் தோற்றத்தில் பாசாங்கு செய்வதினாலும் இயேசு சோர்ந்துபோனாரா? இவை எல்லாவற்றையும் குறித்த பயத்தினால் சோர்ந்து போய், ஒருவேளை முகமற்ற, எல்லாம் வல்ல ஆற்றல்மிக்கவர், பள்ளத்தின் நுனியில் தன்னை விட்டு விடுவார் என்றும், தமது பிரசன்னத்திலிருந்து விலக்கி, என்றென்றைக்கும் கைவிட்டு விடுவார் என்பதை எண்ணி சோர்வடைகிறாரா?

இப்பொழுது, பிதாவின் அருகில் அமர்ந்திருக்கும் மாம்ச அவதாரமான குமாரனை எண்ணிப் பாருங்கள். பிதா தன் குமாரனை *எவ்வளவாய் நேசிக்கிறார்* என்பதை

உங்களால் பார்க்க முடிகிறதா? அவருடைய முழுமையான மகிழ்ச்சியை உங்களால் காண முடியவில்லையா? பிதாவின் இருதயத்தை எண்ணிப் பாருங்கள். அவர் தன் குமாரனை எவ்வாறு பார்க்கிறார் என்பதை இப்பொழுது எண்ணிப் பாருங்கள். பிதாவின் கண்களில் நீங்கள் என்ன பார்க்கிறீர்கள்? அவருடைய வார்த்தைகள், தொடுதல், அவரது அரவணைப்பு எத்தனை பெருமிதமிக்கதாய் உள்ளது என்பதை எண்ணிப் பாருங்கள். "இவர் *என்னுடைய நேசக் குமாரன்,* இவரில் நான் *பிரியமாயிருக்கிறேன்*" (மத்தேயு 3:17; 17:5). இயேசு அறிந்தது என்ன? இயேசு, பிதாவின் பிரசன்னத்தில் அனுபவித்தது என்ன? இவ்வுலகின் ஆக்கினைத் தீர்ப்பு, பிதாவின் வலது பாரிசத்தில் ஏதாகிலும் தாக்கத்தை ஏற்படுத்தியதா? இயேசு எப்படி பயப்பட முடியும்?

பிதாவின் அருகில் அந்த எதிர்மறையான மெல்லிய சத்தம் இல்லை. அங்கு குருட்டாட்டத்தின் வெட்கமும், இருளின் சத்தமும் நிசப்தமாக்கப்பட்டது. இயேசு, பிதாவின் கண்மணி - அதை இயேசுவும் அறிந்திருக்கிறார். பிதாவின் கண்களில், தயக்கத்தையோ, நிலையற்றத் தன்மையையோ அல்லது அலட்சியத்தையோ இயேசு பார்த்ததில்லை. அவருடைய பிதா நேசிக்கிறார். இன்றைய அல்லது நாளைய தினத்தை குறித்த பயம் அறியாதவர் இயேசு. அவர், ஆவியின் ஐக்கியத்தில் பிதாவின் முகத்தைப் பார்க்கும் பொழுது, தன் ஆத்துமாவின் மூலை முடுக்கெங்கிலும் இயற்கைக்கு அப்பாற்பட்ட நம்பிக்கை மற்றும் நிச்சயத்தில் மூழ்கியிருந்தார். ஆதி அன்பினால் நிறைந்திருந்த பிதாவின் கண்களை, அவருடைய வலதுபாரிசத்தில் இருக்கும் குமாரன் கண்டு, பிதாவின் பாசமிகு அரவணைப்பில் உள்ள நம்பிக்கை மற்றும் விடுதலை குறித்து நன்கு அறிந்திருந்தார்.

இப்பொழுது, இந்த குமாரன் உங்கள் பக்கமாய் திரும்பி தனது மனதையும் தன்னையும் உங்களோடு பகிர்ந்துகொள்கிறார் என்றால், அது எப்படி இருக்கும்? இயேசு தன் ஆத்துமாவிலிருந்து, பிதாவின் இருதயத்தைப் பற்றிய தனது சொந்த ஆவிக்குறிய அறிவை எடுத்து, அதை உங்கள் ஆத்துமாவில் வைத்தால், அது எப்படி இருக்கும்? ஒருவேளை, நம்முடைய மனதின் கணிப்புகளை ஊடுருவி, தமது சொந்த புரிதல் மற்றும் கண்ணோட்டத்தை, நமது வீழ்ந்துபோன மனதிற்குள், அவரால் நம்முடன் பகிர்ந்து கொள்ள முடிந்தால், அது எப்படி இருக்கும்? இங்குதான், இயேசு மனித குலத்திற்கு அளித்த பரிசு, எந்த மதத்தையும் விட மிக பெரியதாய் இருக்கிறது. இது மனித வாழ்வின் வரலாற்றில் ஓர் வியக்கத்தகு திருப்பு முனையாகும்.

இயேசு கிறிஸ்துவின் நற்செய்தி என்பது, கடைசியாக எப்படியோ நாம் பின்பற்றத்தக்க துல்லியமான மத கையேடு ஒன்று கிடைத்து விட்டது என்பதோ அல்லது, நமக்கு வழிகாட்ட ஒரு சிறந்த தலைவன் கிடைத்து விட்டார் என்பதோ, அல்லது கடைசியாக நாம் தேவனைப் பற்றிக் கற்றுக்கொள்ள நமக்கு சரியான தகவல் கிடைத்து விட்டது என்பதைப் பற்றியதோ அல்ல. நற்செய்தி அல்லது சுவிசேஷம் என்பது, இயேசுவைப் பற்றியதே. அவர் பிதாவை *அறிந்திருக்கிறார்.* பிதாவின் குமாரன், நமது காரிருளில் நம்மோடு ஒரு மெய்யான உறவை ஏற்படுத்தியுள்ளார் என்ற பிரமிக்க வைக்கும் சத்தியமே சுவிசேஷமாகும். இந்த உறவில், அவர் நம்மோடும், உலகத்தோடும், நித்திய நித்தியமாய் பிதாவோடுள்ள ஐக்கியத்தையும், தமது மனதையும், அவர் அறிந்ததையும் பகிர்ந்து கொள்கிறார். என்னே கிருபை நிறைந்த, இரக்கமுள்ள சகோதரன்! அவர் நம் கேளிக்கைளையும், பாடுகளையும், விரோதத்தையும் ஏற்றுக் கொண்டு, அதற்கு பதிலாக பிதாவின் இருதயத்தைப் பற்றிய தமது சொந்த அறிவைக் கொடுக்கிறார்.

நாம் பிதாவின் ஐக்கியத்திலும், அவருடைய மகிழ்ச்சி நிறைந்த ஆத்தும அறிவிலும் வாழ்வை அனுபவிக்கவே ஏற்படுத்தப்பட்டுள்ளோம் என்பதை நினைவில் கொள்ளுங்கள். ஆனால், நமக்கிருக்கும் ஒரே மனம் முற்றிலுமாக பிதாவை

காணக்கூடாதபடி குருட்டாட்டத்தில் இருக்கிறது. நாம் நமது வீழ்ச்சியின் களைச்செடிகளை புறம்தள்ளி பிதாவின் இருதயத்தைப் பார்க்க முடியாது. நம் போக்கில் விடப்பட்டால், கடவுளைப் பற்றிய நமது உடைந்துப்போன கருத்துக்களுடனும், அது உருவாக்கும் நரகத்தில் வாழ்வதைத் தவிர வேறு வழியில்லை. நம் தேவனை நம்ப முடியாத அளவுக்கு நாம் நமது கற்பனைக் கட்டுக்கதைகளின் சிறையில் சிறைப்பட்டிருப்பதால், நாம் ஏற்றுக் கொள்ளப்படாதவர்கள், முக்கியத்துவமற்றவர்கள் மற்றும் தகுதியற்றவர்கள் என்பதை நிச்சயமாய் நம்புகிறோம். ஒருவேளை, இயேசு, நம் காரிருள் உலகத்தினுள் வரும் வழியைக் கண்டுபிடித்திருந்தால் என்னவாகும்? ஒருவேளை, அவர் நமது காயங்கள், கோபங்கள் மற்றும் நிராகரிப்பினுள் காலெடுத்து வைத்திருந்தால் என்னவாகும்? ஒருவேளை, அவர் நம் நிராகரிப்புக்குள் ஊடுருவி, தன் பிதாவின் இருதயத்தைப் பற்றிய தமது அறிவை நமக்குள் வெளிப்படுத்திருந்தால் என்னவாகும்? ஒருவேளை, பின் தாழ்வாரத்தில், நடுக்கத்தோடு நின்று கொண்டிருந்த ஜானின் வலிக்குள், இயேசு பிதாவைக் குறித்து தான் அறிந்திருந்ததை எடுத்துக் கொண்டு சென்றிருந்தால் என்னவாகும்? ஒருவேளை, அவர் ஸ்டிஃபேனியின் மனதுக்குள் சென்றிருந்தால் என்னவாகும்? ஒருவேளை, நம் புராண கட்டுக்கதைகளின் கண்காணிப்பு மிருகத்தை (டிராகன்களை)[6] ஏமாற்றி, அதற்கு பின்னால் நம்மை கடத்தி, இயேசு தம்மை நம்முடன் பகிர்ந்திருந்தால் என்னவாகும்?

மன்னிப்பு மற்றும் இயேசு கிறிஸ்துவின் சுவிசேஷத்தின் இருதயம் இங்குதான் உள்ளது. அது என்னவெனில், இயேசு நித்திய நித்தியமாய் பிதாவை அறிந்தவராயிருக்கிறார், அவர் நம் பயங்கரமான சோகங்களுக்குள்ளும் பிதாவை அறிந்திருக்கிறார். இந்த இயேசு உங்களோடும் என்னோடும், *நம்முடைய காரிருளான* உலகத்திற்குள்ளும் *தம்மையே* பகிர்ந்து கொள்கிறார் என்பதே அந்த நற்செய்தி. அதுவே, நம் உலகில் ஆரோக்கியமான மனநிலை இருக்க காரணமுமாகும்.

விழுந்துப்போன உலகில் மனிதனாக வாழ்வது என்றால் எப்படிப்பட்ட சோகமான நிலை என்பது இயேசுவுக்குத் தெரியும். அவர் நமது இருளுக்குள் நடந்துள்ளார். நமது அச்சுறுத்தலிலும், இங்கே எல்லாம் சரியாக இருக்கிறது என்று நாம் பாசாங்கு செய்யப் போராடும்பொழுதும், நாம் கேட்பதற்கு நேரமில்லாமல் நம்மை பரபரப்பாய் வைத்துக் கொள்ளும்போதும், விடுதலைப் பெற நாம் எதையும் வெறித்தனமாக செய்யும்பொழுதும், நம்மைப் பற்றி கொஞ்சம் வெளியாக்கப்படும் போது, நம்மை நாமே ஆக்கினைக்குள்ளாகத் தீர்த்துக் கொள்ளும்பொழுதும், அவர் நமது இருளை ஊடுருவி நடந்துள்ளார். நமது நம்பிக்கையின்மையில், ஆறுதலில்லா இடத்தில், நாளைய தினத்தைக் குறித்த எவ்வித நிச்சயமில்லாத நிலையில், ஒவ்வொரு நிமிடமும் நம்மைக் குற்றப்படுத்திக் கொண்டிருந்த காரியத்தினூடாகவும் அவர் சென்றார். படுகுழியின் ஜீவனற்ற கண்களை உற்று நோக்கிய இயேசு, நம்முடைய மிக கொடிய அச்சத்தின் தாடைகளுக்குள் தன்னைத் தலைகீழாக நுழைத்துக் கொண்டார். ஆதாமின் விழுந்து போன மனதின் காரிருளினுள் தாமாக முன்வந்து விழுந்து, பிதாவின் ஒழியாத அன்பின் கரங்களைக் கண்டடைந்தார்.

நம்முடைய காரிருளில் அவரது பாதபடிகள் படாத இடமுண்டோ? அவர் செல்லாத இடம் இருக்குமானால், நாம் எங்கு செல்ல முடியும்? அங்கே, அவர் பிதாவின் அன்பின்

---

6 "கண்காணிக்கும் மிருகங்கள் (டிராகன்கள்)" என்ற கற்பனை பதம், சி.எஸ். லூயிஸ் அவர்களின், "சம் டைம்ஸ் ஃபேரி ஸ்டோரீஸ் சே பெஸ்ட் வாட்ஸ் டு பீ செட்", **On Stories and Other Essays on Literature** என்னும் கட்டுரையிலிருந்து, கதைகள் மற்றும் மற்ற இலக்கிய கட்டுரைகளிலுமிருந்து வருகிறது. வால்ட்ர் ஹூப்பர் அவர்களால் தொகுக்கப்பட்டது. (நியுயார்க்: ஹார்கோர்ட் ப்ரேஸ் & கம்பெனி, 1982), பக்.47. என்னுடன் படத்தைப் பகிர்ந்ததற்காக கேரி ஸ்டாக்கெட் அவர்களுக்கு நான் நன்றியுள்ளவனாக இருக்கிறேன்.

நிச்சயத்தை அறியாதிருப்பாரானால், எவ்விதமான வலியை நாம் அனுபவிப்போம்? இதை சிந்தியுங்கள். தமது பிதாவைப் பற்றிய அறிவோடு, இயேசுவால் செல்லமுடியாத அளவுக்கு ஆழமான காயங்கள் ஏதேனும் நம்மில் உண்டா? இயேசு கிறிஸ்து மற்றும் அவரது குணப்படுத்தும் ஒளியின் அனுபவத்தை பெற்றுக்கொள்ள முடியாத அளவுக்கு நாம் தவறாக நடத்தப்படவோ அல்லது, கொடூரமான துரோகத்தை அனுபவிக்கவோ அல்லது, தனிப்பட்ட நிராகரிப்பை உணரவோ முடியுமோ?

நமது உடைந்த நிலையில், அவர் நம்மை அடைய முடியாதவர்களாக நாம் இருக்கிறோமா? நமது காரிருள் ஊடுருவமுடியாத ஒன்றா? நமது படுகுழியில் இயேசு பார்த்திராத இடம் ஒன்றுண்டா? இயேசு அனுபவியாத நம் நரகம் ஏதேனும் உண்டா? அவர் கேட்காத எதிர்மறையான மெல்லிய சத்தம் எது? வெட்கம், அநீதி, நிராகாப்பு, ஆக்கினைத்தீர்ப்பு - இதில் எதை அவர் உணரவில்லை? நமது உடைந்த கட்டுக்கதைகளாலான உலகத்தில் அவர் மாற்றத்தைக் கொண்டு வராத ஏதேனும் உண்டா? வாழ்வினுள்ளும், சோதனையினுள்ளும், மாபெரும் இருளின் அனுபவத்தின் மூலமும், மனித குலத்தின் அநாகரீகமான ஆக்கினைத் தீர்ப்பினால் பாடுபட்டதிலும், மனிதனின் அனைத்து அவல நிலையின் நரகத்திலும் தம் பிதாவை கண்டறிந்ததன் மூலம், விழுந்து போன ஆதாமின் மனதில் இயேசு தம் பிதாவின் அன்பைப் பெற்றுக் கொண்டார். அவர் மனிதனின் உடைந்த ஒவ்வொரு வடிவத்திலும் ஆவியின் அபிஷேகத்தைப் பெற்றுக் கொண்டார். இப்பொழுது, இயேசு உலகத்தின் அனுபவமிக்க தீர்க்கதரிசியாய் இருக்கிறாரல்லவா? நாம் எங்கே இருக்கிறோமோ அங்கேயே வந்து, பிதாவின் இருதயத்தை நமக்கு அறிய செய்ய அவருக்குத் தெரியாதா? நம் பயத்தின் இருள் சூழ்ந்த இடத்தில், தமது ஆவியைப் பகிர்ந்து கொள்வது அவருக்கு சாத்தியமற்றதா?

சுவிசேஷம் என்பது இயேசு நாமாக ஆனார். அதாவது, பயத்தினால் திரிக்கப்பட்ட நமது காரிருளான உலகம் மற்றும் நிராகரிப்பில், அவர் பிதாவின் இருதயத்திலிருக்கும் தரிசனத்தை நோக்கி முன் சென்றார். *அவர் பிதாவை அறிந்திருக்கிறார்.* ஆதாமின் கண்ணோட்டத்திலிருந்து, இயேசு பிதாவின் முகத்தைப் பார்த்து, அவருடைய அரவணைப்பின் அசாதாரணமான உறுதியையும், அவரது இருதயத்தின் சந்தோஷத்தையும் அவர் அறிந்திருக்கிறார். பிதா, குமாரன், பரிசுத்த ஆவியின் சொல்ல முடியாத ஐக்கியம் நித்தியமாய் நம் நரகத்தினுள்ளேயே தங்கிவிட்டது. ஆனால் அது சுவிசேஷத்தின் ஆரம்பம் மட்டுமே. இதற்காக இயேசு, தமது பிரம்மிப்பூட்டும் கிருபையால், தாம் அறிந்தவைகளை நம்மோடு பகிர்ந்து கொண்டுள்ளார். அவர், கூடாரத்தின் ஓரத்தில் பிதாவோடு பதுங்கிக் கொண்டிருக்கவில்லை. நம்முடைய நரகம் அவரது பரலோகமானது. நம் காரிருள் அவரது ஒளியானது. நம்முடைய கற்பனை உலகத்தில், அபிஷேகிக்கப்பட்டவராயும், பிதாவின் குமாரனாகவே இருக்கும்படியான சுதந்திரம் அவருக்கு இருக்கிறது. “இருளில் பிரகாசிக்கும் ஒளி'' (யோவான் 1:5). “திடன் கொள்ளுங்கள், நான் பிரபஞ்சத்தை ஜெயித்தேன்'' (யோவான் 16:33).

இது ஒரு நாகரிகமான இறையியல் கனவா? நமது மதத்தை மிகைப்படுத்தும் மற்றுமோர் அதிகாரமா? தேவன் இவ்வளவு நல்லவராக இருக்க முடியுமா? நாம் மிகவும் தவறாக இருக்க முடியுமா? அப்படி இருந்தால் என்ன செய்வது? இயேசு மிகவும் நல்லவராக இருந்தால் என்ன செய்வது? அவர் ஏற்கனவே அந்த கூடாரத்தை விட்டு வெளியேறிவிட்டார் என்றால் என்ன சொல்வது? அந்த கண்காணிக்கும் மிருகங்களிடமிருந்து (டிராகன்களிடமிருந்து) ஏற்கெனவே உங்களை அவர் கொள்ளையடித்துவிட்டார் என்றால் என்ன சொல்வது? நம்முடைய செயல்களை நாம் சுத்திகரித்து அதன் பின் அவரை நம் உலகினுள் அழைக்கும் வரை அவர்

காத்திருக்கவில்லை என்றால் என்ன சொல்வது? நாம் இருக்கும் விதமாகவே அவர் நம்மை ஏற்றுக் கொண்டு, நமது உடைந்த வாழ்க்கைகளில் நம்மை சந்தித்துவிட்டார் என்றால் என்ன சொல்வது? அவர் ஏற்கனவே நம் விழுந்து போன மனதினுள் நடந்து, ஏற்கனவே தம்மை நம்மோடு பகிர்ந்துக்கொள்கிறார் என்றால் என்ன சொல்வது? நாம் கனவிலும் காணத் துணியாததைவிட இன்னும் அதிகமாக நம் வாழ்வில் நடந்துக்கொண்டு இருக்க முடியுமா? பிதாவைப் பற்றிய அவரது அறிவில் நாம் இப்போது சேர்க்கப்பட்டுள்ளோமா?

நாம் மதத்தை சரியாகப் புரிந்துகொண்டால் மட்டுமே, நாமும் இயேசுவோடு சேர்க்கப்படுவோம் என்பது சுவிசேஷத்தின் செய்தியல்ல. சுவிசேஷம் என்னவாக *இருக்க முடியும்* என்பதைப் பற்றிய செய்தியுமல்ல. *இருப்பதைக்* குறித்த செய்தியாகும். இது நீங்கள் *உட்படுத்தப்பட்டுள்ளீர்கள்* என்பதைப் பற்றிய செய்தியாகும். இது ஒரு கனவல்ல. நமது புறக்கணிப்பை அவர் தாங்கியதன் மூலம், நமது காரிருளினுள் அவரால் நுழைய முடிந்தது. மெய்யாகவே, அவர் நமது மிக மோசமான நிலையில், நமது நிராகரிப்பைப் பயன்படுத்தி, நம்மோடு உறவை ஏற்படுத்தினார். இதில் மாபெரும் சத்தியம் என்னவென்றால், *நம் காரிருளினுள்,* அவர் பிதாவோடும், பரிசுத்த ஆவியானவரோடும் *நம்மோடும்* ஐக்கியத்தில் நிலைத்திருந்தார். அவர் நம்மை, தம்முடைய உலகத்தினுள்ளும், ஜீவனுக்குள்ளும், தம் பிதோவோடு இருந்த ஐக்கியத்திலும், பரிசுத்த ஆவியானவரோடிருந்த அபிஷேகத்திலும் உட்படுத்திக்கொண்டார். அவர் தம்முடைய இருதயத்தையும், பிதாவைக் குறித்த தமது அறிவையும், தமது சொந்த நிச்சயம், நம்பிக்கை மற்றும் சந்தோஷத்தையும், நம் எல்லோரோடும் பகிர்ந்துகொள்கிறார். நமது இருளடைந்த ஆத்துமாக்களில் அவர் தமது பிதாவோடுள்ள ஐக்கியத்தை வைக்கிறார்.

இது, இத்தகைய பரிசைப் பெற நான் தகுதியானவனா இல்லையா என்ற கேள்வியோ அல்லது அதற்கான அவரதுக் கிருபையை நாம் பெற்றுள்ளோமா இல்லையா என்பதைப் பற்றியதுமல்ல. இது நம் காரிருளில் நம்மை அடைவதற்கு, தமது மிகுதியான அன்போடும், தீர்க்கதரிசன திறனோடும் நம் குருட்டாட்டத்திலும், துஷ்பிரயோகத்திலும் பிறந்ததைப் பற்றிய கேள்வியாகும். அவர் தமது பிதாவை நமது நரகத்தில் அறிவதில் சிறந்தவராயிருக்கிறார். நாம் இருக்கிற இடத்தில் இருக்கிற வண்ணமாகவே அவர் நம்மை சந்திக்கிறார், அவர் நம்மை ஏற்றுக்கொள்கிறார், மேலும் அவர் நம்முடைய உடைந்த நிலையிலும் பாவத்திலும் தம்மையே பகிர்ந்து கொள்கிறார்.

நீங்கள் யார் என்றும் உங்கள் வாழ்வில் என்ன நடந்துக் கொண்டிருக்கிறது என்றும் உங்களுக்குத் தெரியுமா? உங்களைத்தான் இயேசு நேசிக்கிறார் என்பதும், உங்களுக்குத்தான் தமது இருதயத்தை வெளிப்படுத்த பிதா தீர்மானித்திருக்கிறார் என்பதும் உங்களுக்குத் தெரியுமா? இது நீங்கள் இயேசுவை உங்கள் வாழ்க்கையில் அழைப்பது பற்றியதல்ல; மாறாக அவர் ஏற்கனவே உங்களை தம்மோடு இணைத்துக் கொண்டதைப் பற்றியதாகும். அவர் தமது பாடுகளின் மூலமாக, பிதாவோடுள்ள தமது ஐக்கியத்திற்கும் காரிருளில் இருக்கும் நமக்கும் ஓர் ஜீவனுள்ள ஐக்கியத்தை ஏற்படுத்தி இருக்கிறார். இயேசு உங்கள் காரிருளில் வசிக்கிறார். அவர் இப்பொழுதே தம்மை உங்களோடு பகிர்ந்து கொள்கிறார். அவர் எப்போதும் அப்படியே இருந்துள்ளார், இனிமேலும் அப்படியே இருப்பார். அவர் தம்மையும், தம் உள்ளத்தையும், தம் இருதயத்தையும், தம் ஆத்துமாவையும் உங்களுக்கு கொடுப்பதை எப்போதும் நிறுத்தப் போவதில்லை. நீங்கள் அவருடன் அவருடைய பிதாவை அறிந்து கொள்வதிலும், புத்திர சுவிகாரத்தின் ஆவியின் விடுதலையில் வாழ்க்கையை வாழ்வதிலும், அவர் மிகுந்த வாஞ்சையாய் இருக்கிறார். இதுவே பேச்சுவார்த்தைக்குட்படாத திரித்துவ தேவனின் கிருபையாகும்.

அதிகாரம் 9

சொந்தம் கொண்டாடும்படியான கட்டளை

நாம் பிதா, குமாரன், பரிசுத்த ஆவி ஆகியோருக்கு சொந்தமானவர்கள். நாம் எப்பொழுதுமே அப்படியே இருக்கிறோம்; இனியும் அப்படியே இருப்போம். உண்மை இதுவே! இயேசு கிறிஸ்துவுக்குள், பிதாவானவர், ஆவியில் நம்மோடு ஓர் நிலையான உறவை ஏற்படுத்தியுள்ளார். அது, நாம் யார் என்பதையும், நாம் ஏன் இங்கு இருக்கிறோம் என்பதையும் நமக்கு சொல்கிறது. நாம் வாழ்வதற்கு ஒரு அழகான வாழ்க்கை இருக்கிறது. திரித்துவ தேவனுடைய ஜீவனில் சேர்க்கப்பட்டிருக்கிறோம். பிதா, குமாரன், பரிசுத்த ஆவியின் ஜீவனை போலவே, இந்த ஜீவன் என்றென்றும் நம்முடையது. இயேசுவுக்கு பிதாவுடனான அந்யோந்நிய உறவைப் போன்று, நமக்கும் பிதாவுக்கும் உள்ள உறவும் நித்தியமானது. இதுவே சத்தியமும், மெய்யான உலகமும் ஆகும். இவ்வாறே காரியங்கள் நித்திய நித்தியமாய் இருக்கும்.

இயேசுவே உங்களோடு பகிர்ந்துகொள்ளும் பிதாவின் அன்பின் சத்தியத்திலும், அறிவிலும் எழுதப்பட்டிருக்கும் விசுவாசத்தின் கட்டளை: "என்னை விசுவாசியுங்கள். உங்கள் கற்பனை கடவுளைப் பற்றிய படத்தை சந்தேகிக்க தைரியம் கொள்ளுங்கள். என் பிதாவிலும், அவருடைய அன்பிலும் விசுவாசமாயிருங்கள்." இந்த விசுவாசத்தின் கட்டளையோடு விடுதலைக்கான அழைப்பும் உள்ளது: "எழுந்து, உங்கள் கால்களில் நில்லுங்கள், பிதாவின் இருதயத்தைப் பற்றிய என்னுடைய அறிவின் சந்தோஷத்தில் வாழுங்கள்."

சத்தியத்தின் முழுமை, அவற்றின் விசுவாசத்தின் கட்டளை மற்றும் விடுதலைக்கான அழைப்பு ஆகியவைகள் தீவிரமான எச்சரிக்கையாகும். எந்த நிலையிலும், நாம் சத்தியத்தை மறுதலித்து நம் சொந்த பார்வையை பற்றிக்கொள்ள நமக்கு சுதந்திரம் உண்டு. நாம் நமது சொந்த உலகத்தில் நம் சொந்த மாயைகளை நம்மேலும் மற்றவர்கள் மேலும் திணித்து வாழவோ அல்லது முயற்சிக்கவோ நமக்கு சுதந்திரம் உண்டு. இப்படிப்பட்ட உறவுகளற்ற உலகம் நமக்கு முற்றிலும் அந்நியமாக இருந்தாலும், நாம் நம்முடைய பயம் மற்றும் நம் கற்பனைகளின் கடவுளை பற்றிக்கொள்வதினால், நம்மை நாமே அழித்துக்கொண்டு, அதன் விளைவுகளை அனுபவிக்க இந்த உலகத்தில் வாழ முடியும். ஆனால் ஏன்? ஏன் இப்படிப்பட்ட உடைந்த வாழ்வை நாம் தேர்ந்தெடுக்க வேண்டும்? நாம் திரித்துவ உலகை சேர்ந்தவர்கள் என்ற பொழுது ஏன் பயங்கரமான, பரிதாபமான நரகத்தைப் போன்ற வாழ்வை நாம் தேர்ந்தெடுக்க வேண்டும்? ஏன் இத்தகைய தகப்பனை நாம் எதிர்க்க வேண்டும்? நாம் ஏன் இயேசுவை எதிர்க்க வேண்டும்?

மாபெரும் முரண் என்னவெனில், இயேசு கிறிஸ்து மட்டுமே நமது இருண்ட உலகினுள் நுழைந்து அவைகளில் நம்மோடு நடக்க முடியும். வேறொரு நபரால் அது

முடியவே முடியாது. அவர் நம்மை நமது விழுந்து போன உள்ளத்தில் சந்திக்கிறார்.

நானே, உன் காரிருளை புரிந்துக்கொண்டேன், அதில் உன்னோடிருந்தேன், உன் அழுகையை அழுதேன், உன் வெட்கத்தை ருசித்தேன், உன் பயங்களை உணர்ந்தேன், உன் கற்பனைக் கடவுளையும் அதன் நிராகரிப்பையும் பார்த்தேன், உன்னை அரவணைத்து, உனது நிலையற்ற விழுந்துப்போன மனதில் நிலையாய் நிற்கத்தக்க ஓர் ஒப்புரவாக்குதலின் பாதையைக் கண்டறிவதற்கான பொறுப்பை ஏற்கிறேன். உன்னுடைய தவறான கண்ணோட்டத்தின் பாதையிலே நடந்து, என்னை உன்னோடு பகிர்ந்துக்கொள்ளும்போது, பிதாவின் இருதயத்தைப் பற்றிய என்னுடைய அறிவு உன்னை எழுந்து வாழ கட்டளைக் கொடுக்கிறது. உன் காரிருள் உலகில் நான் உன்னோடு நடப்பேன். உன் இகழ்ச்சியை நான் ஏற்றுக் கொள்வேன். உனது ஆழமான காரிருளின் படுகுழியில் உன்னோடு நானும் குதிப்பேன், அதன் மூலம், அது இல்லவே இல்லை என்பதை நீ அறிந்துக்கொள்வாய், அது எப்போதும் இருந்ததேயில்லை, அது உண்மையும் அல்ல, பிதாவின் அரவணைப்பு மட்டுமே உண்மையானது என்பதை நீ அறிந்து கொள்வாய்.

இயேசுவின் மீது விசுவாசம் வைத்து மனந்திரும்புதலுக்கான அழைப்புகள் ஏன் புதிய ஏற்பாடு முழுவதும் நிறைந்துள்ளது என்பதை இப்பொழுது உங்களால் பார்க்க முடியும். நாம் காரிருளில் தொலைந்து குழம்பிப் போயிருக்கிறோம். ஆனால் இயேசுத் தம்மை நம்மோடு பகிர்ந்துக்கொள்கிறார், அப்படிச் செய்வதன் மூலம், நமது வாழ்வைக் குறித்த மாபெரும் மறுபரிசிலனைச் செய்யும்படி நமக்குக் கட்டளைக் கொடுக்கிறார். நாம் நிராகரிக்கப்பட்டவர்களல்ல; நாம் தேவனிடமிருந்துப் பிரிக்கப்பட்டவர்களுமல்ல. பிதா நம்மை எல்லையில்லா அன்பினால் நேசிக்கிறார், நம்மை தமது குமாரனில் கண்டுபிடித்தார். மனந்திரும்புதல் என்பது: மனதில் தீவிரமான மாற்றத்தை அடைந்து, தேவனையும் அவருடைய இருதயத்தையும், நம்மையும், மற்றவர்களையும் *நாம் உணரும்* விதத்தை முற்றிலுமாக மறுசீரமைப்பதாகும். இயேசு, தமது மனதை நம்மோடு பகிர்ந்து கொண்டு, நமது சுய நியாயத்தீர்ப்புகளை ஓரம் கட்டும்படி நமக்குக் கட்டளைக் கொடுக்கிறார். அவர் நம்மை மூளை இல்லாதவர்களாகவோ அல்லது நம் மனதை விட்டுவிடும்படியோ அவர் சொல்லவில்லை; மாறாக, நமது இயல்பு நிலையின் அமைப்புகள் முற்றிலும் தவறானதாகவும், நம்மை அழிப்பதாகவும் இருப்பதையுமே அவர் கூறுகிறார். திகைப்பூட்டும் கிருபையில், இயேசு நம்மை தமது உலகிலும், பிதாவோடும், ஆவியோடும் உள்ள தமது ஜீவனிலும் பங்காளர்களாக்கியுள்ளார். அவர் பார்க்கும் விதமாகப் பார்க்கவும், அவரோடு இணைந்து விசுவாசிக்கவும், பிதாவை அவர் பார்க்கும் விதத்தில் அவரோடு பங்குபெறவும் கட்டளைக் கொடுக்கிறார். அவர், தமது சொந்த விசுவாசத்தையே நமக்கு அளித்து, அதை ஏற்றுக் கொள்ளவும் அதில் வாழவும் நம்மை அழைக்கிறார். அவர், தமது இயற்கைக்கு அப்பாற்பட்ட உறுதியை நம்மோடு பகிர்ந்துகொண்டு, நாம் இளைப்பாறும்படி கட்டளைக் கொடுக்கிறார்.

பவுல் சொல்வதைப் போன்று, "மேலும் நாம் அனைவரும் தேவனுடைய குமாரனைப் பற்றும் விசுவாசத்திலும் அறிவிலும் ஒருமைப்பட்டவர்களாகி," (எபேசியர் 4:13) என்று சொல்வதைப் போன்று, இயேசு கிறிஸ்துவின் அறிவிலும், விசுவாசத்திலும் நமது விழுந்துபோன மனது மீண்டும் கட்டப்படும்பொழுது என்ன சம்பவிக்கும்? நாம் அறியப்பட்டிருக்கிறபடியே நாம் நம்மை அறிந்துகொள்ளும்பொழுது நமக்கு என்ன

சம்பவிக்கும்? (1 கொரிந்தியர் 13:12). பிதாவின் இருதயத்தைப் பற்றிய இயேசுவின் அறிவு நம் ஆத்துமாக்களை முற்றிலும் ஆளுகை செய்யும்பொழுது ஒருவரோடு ஒருவருக்கு உள்ள உறவிலும், மொத்த சிருஷ்டிப்பிலும் என்ன சம்பவிக்கும்? திரிக்கப்பட்ட சகல காரிருளான எல்லா சூழல்களிலும், தன் பிதாவின் அன்பைக் கண்டறிவதில், அனுபவமிக்க வீரர்களாக இருக்க அவர் கற்றுக்கொடுக்கும்போது என்ன சம்பவிக்கும்?

இயேசு, நமது அறியப்படாத அனைத்து உலகங்களையும் கடந்து, நமது புராண கற்பனை கட்டுக்கதைகளில் நம்மை சந்திக்கிறார். நம் காரிருளைக் கண்டு அவர் பயப்படுவதில்லை. அவர் ஆவியின் விடுதலையோடு அதில் தங்கி இருக்கிறார். அவர் தமது ஒளி, ஜீவன் மற்றும் அன்பை நம்மோடு பகிர்ந்து கொள்கிறார். இயேசு, தம்மை ஒரு அனுபவமுள்ள தீர்க்கதரிசியாகவும், மெய்யான மற்றும் உண்மையுள்ள சாட்சியாகவும், உங்கள் காரிருளில் உங்களுக்கு ஒரு நிலையாய் நிற்கத்தக்க தமது ஒப்புரவாக்குதலை கண்டுபிடிக்கும்போது உங்களுக்கு என்ன சம்பவிக்கும்? “”ஆமென், வாரும் இயேசுவே” என்று நீங்கள் சொன்னால் உங்களுக்கு என்ன நடக்கும்? உங்கள் ஆத்துமாவின் நடைபாதையில் தம்முடைய சமாதானத்தோடு நடப்பதற்கும், அவருடைய வெளிச்சத்தைக்கொண்டு, உங்கள் இயல்புநிலை அமைப்புகளை மறுகட்டமைக்க நீங்கள் அவருக்கு அனுமதி வழங்கும்போது உங்களுக்கு என்ன நடக்கும்?

இந்த ஜெபத்தைக் கேளுங்கள்.

> ஆண்டவராகிய இயேசு கிறிஸ்துவே, பிரியமானவரே, நித்தியரே, மாம்ச அவதாரமான பிதாவின் உண்மையுள்ள குமாரனே, பிதாவின் இருதயத்தைக் குறித்த உமது அறிவை என்னோடு பகிர்ந்து கொள்வதற்காக உமக்கு நன்றி. உமது ஒளியோடு என் இருளுக்குள் வாரும். என் குருட்டாட்டத்தை கண்டுபிடித்து, என் ஆழமான பயங்களில், உமது இயற்கைக்கு அப்பாற்பட்ட நம்பிக்கையை என்னுடன் பகிர்ந்து கொள்ளும். என்னுடைய எல்லா உடைக்கப்பட்ட பாகங்களைக் கண்டறிந்து அதை உமது பிதாவின் அன்பினால் மூழ்கடிப்பீராக. என் ஆத்துமா உமது சமாதானத்தால் நிறையும்படி உமது ஆவியை அனுப்பும்.

நாம் இந்த ஜெபத்தை ஏறெடுக்கும் பொழுது என்ன நடக்கும்? நாம் பயப்படுகிற நமது கற்பனை கடவுளுக்கு, அல்லது நமது கட்டுக் கதையின் கடவுளுக்கு என்ன நடக்கும்? நமது பயத்திற்கு, நமது பயங்கரமான பாதுகாப்பின்மைக்கு, நமது ஒளிப்பிடங்களுக்கு, நமது தயக்கமுள்ள ஆவிக்கு, நம் பெருமை, இச்சை மற்றும் சோம்பலுக்கு என்ன சம்பவிக்கும்? நம் சுயத்திற்கும் முறிந்து போன நம் உறவுகளுக்கும் என்ன சம்பவிக்கும்? குழப்பம் பெருகுமா? நாம் அழிந்துவிடுவோமா? நிச்சயமாக இல்லை. பிதாவின் வலது பாரிசத்தில் அமர்ந்திருக்கும் இயேசு கிறிஸ்துவின் இயற்கைக்கு அப்பாற்பட்ட உறுதியை நாமும் பெற்றுக்கொண்டு, ருசித்து, அறிந்து, உணர்ந்து மகிழ்வோம். சொல்லிமுடியாத பயம் மற்றும் அதனுடைய கனிகள் விளைந்த இடத்தில், அதற்கு பதிலாக பிதா, குமாரன், பரிசுத்த ஆவியின் சொல்லிமுடியா அன்பை அறிந்து கொள்வோம். இப்படிப்பட்ட ஆத்தும அறிவு, நாம் நமது பிதாவின் அரவணைப்பில் வாழ நம்மை விடுதலையாக்கும். மட்டுமின்றி, பிதா, குமாரன், பரிசுத்த ஆவியின் உறவு மற்றும் ஜீவனிலும் நம் ஒருவரோடு ஒருவருக்கும், சிருஷ்டிப்புக்கும் இருக்கும் உறவிலும் இந்த ஆத்தும அறிவு நிரம்பி வழிய ஆரம்பிக்கும். தண்ணீர் சமுத்திரத்தை மூடியிருப்பதைப் போன்று, ஆவியில் பிதாவைப் பற்றிய குமாரனின் அறிவு பூமியை நிரப்பும் (ஏசாயா 11:9; ஆபகூக் 2:14).

சிந்தனைக்கான கேள்விகள்

1. தமது குமாரன் மனு அவதாரத்தை எடுக்கும் முன்பே பிதா நம்மை மன்னித்துவிட்டார் என்று நீங்கள் நினைக்கிறீர்களா? சட்டரீதியான மற்றும் மாம்ச அவதார ரீதியான கண்ணோட்டத்தில் ஒப்புரவாக்குதலைப் பார்ப்பதன் வித்தியாசம் என்ன?

2. நீங்கள் தேவனை நினைக்கும்பொழுது அடிக்கடி உங்களுக்கு ஏற்படும் உணர்வு என்ன? பிதாவின் அன்பை உணர்வது ஏன் கடினமாக உள்ளது?

3. இயேசு ஏன் பாடனுபவித்தார்? அவருடைய பாடுகளுக்கு யார் காரணம்? அவர் பிதாவினிடமிருந்து பாடனுபவித்தாரா? நரகம் என்றால் என்ன, அதை இயேசு எவ்வாறு அனுபவித்தார்?

4. இயேசு நம்மிடமிருந்து மறைக்கும் பிதாவின் பக்கம் ஏதேனுமுண்டா?

5. நாம் இயேசுவை நிராகரித்ததை, இயேசு எவ்வாறு பயன்படுத்தி, தமது ஒப்புரவாக்குதலை கொண்டு வந்தார்?

6. "ஒப்புரவாக்குதல் என்பது தேவனை மாற்றுவதைப் பற்றியதல்ல. அது, பிதாவின் குமாரன் நம் காரிருளில் நுழைந்து, அந்தக் காரிருளின் வலியை அனுபவித்து, பிதாவின் இருதயத்திற்கும் நம் பயங்கரமான குருட்டாட்டத்திற்கும் இடையே ஒரு உயிரோட்டமான தொடர்பையும், தனிப்பட்ட உறவையும் ஏற்படுத்துவதே ஒப்புரவாக்குதல் ஆகும்.'' என்ற வாக்கியங்களைப் பற்றி நீங்கள் என்ன நினைக்கிறீர்கள்?

7. இயேசுப் பரவலாக நிராகரிக்கப்பட்டது ஏன் என்று நீங்கள் நினைக்கிறீர்கள்?

8. அன்றைய மதத்தலைவர்களின் ஏளனத்தையும், கிண்டல்களையும் சகித்துக்கொள்ள, அவரைப் பெலப்படுத்தும்படி எது இயேசுவிடம் இருந்தது?

9. பிதாவை இயேசு அறிந்து கொண்ட விதத்தில் நீங்களும் அறிந்து கொண்டால் உங்கள் வாழ்வில் மாறுவது என்ன? சபையில் மாறுவது என்ன?

10. உங்களைப் பற்றிய அல்லது மற்றவர்களைப் பற்றிய எது இயேசுவின் சுகமாக்கும் ஒளிக்கு அப்பாற்பட்டு இருக்கிறது என்று நினைக்கிறீர்கள்? அணுக முடியாத இடத்தில் உங்கள் கவலை உள்ளதா?

11. நம் சொந்த கற்பனைக் கடவுளின் உலகில் வாழ்வதால், நம் தனிப்பட்ட வாழ்விலும் நம் உறவுகளிலும் எவ்வித விளைவுகள் நிகழ்கின்றன?

12. சுவிசேஷத்தின் கருப்பொருள் எது?

13. திரித்துவம் தேவனைப் பற்றிய உண்மையாக இல்லாவிடில் உங்கள் சிந்தையில் என்ன மாற்றம் நிகழ வேண்டும்?

பகுதி 3

நெருக்கடி

அதிகாரம் 10

நற்செய்தியின் கூர்

இயேசு, அவருடைய பிதாவுடனான உறவிலே பங்குபெறுவது என்பது உள்ளபடியே சுவாரஸ்யமானதும், நம்பிக்கையால் நிறைந்ததும், நன்மையானதும், அழகானதும் கூட, ஆனால் அது சுலபமானதல்ல. அது எப்படி இருக்கும்? பிதா, குமாரன், பரிசுத்த ஆவியானவரின் பரிபூரண ஜீவன், வலியின்றி எவ்வாறு நம்மில் வெளிப்பட முடியும்? சிந்தியுங்கள். இயேசு கிறிஸ்துவின் விடுதலை, சந்தோஷம், அன்பு ஆகியவை வளர்ச்சிக்கான மேம்பட்ட நிலையோடு இல்லாமல் எப்படி நம்மிடம் வரும்? *நாம் இருளில் இருக்கிறோம்.* நாம் இருக்கும் விதம், நம் வாழ்க்கைமுறை, மற்றும் வாழ்வு ஆகியவைக் குருட்டாட்டத்தின் கனியாயிருக்கிறது. அவரது அழகிய, நல்ல பிரசன்னம், நம் காரிருளை நிச்சயமாக அம்பலப்படுத்துகிறதாயிருக்கிறது. இத்தகைய அம்பலமாக்குதல் வலி நிறைந்ததாகும். இது கோட்பாடு சார்ந்ததோ அல்லது தனிநபர் சார்ந்ததோ அல்ல. இயேசுவின் நேரடியான வாழ்வு நமக்கு வெளிப்படுத்தியது என்னவெனில் அது நமக்கு நாமே ஏற்படுத்திக்கொண்ட குழப்பமே அல்லாமல் வேறல்ல.

நம் ஆன்மாவின் இருண்ட அறையில் கிறிஸ்துவின் மெய்யான ஒளி தோன்றினது. இந்த ஒளியில்தான் நாம் ஒருபோதும் கனவு காண தைரியம் கொண்டிராத சாத்தியக்கூறுகளைக் கண்டோம். நமக்கு ஒரு எதிர்காலம், இலக்கு மற்றும் மகிமை உண்டென்ற உண்மையை சந்தித்தோம். உடனடியாக நாம் தனிமையில் இல்லை என்பதையும், நாம் கைவிடப்படவோ அல்லது நிராகரிக்கப்படவோ இல்லை என்பதையும், எப்போதும் அப்படி இருந்ததில்லை, இனியும் அவ்வாறு இருக்கப் போவதில்லை என்பதையும், நாம் முற்றிலும் அழகியதோர் நிரம்பி வழிந்தோடும் ஐக்கியத்தில் உட்படுத்தப்பட்டுள்ளோம் என்பதையும் அறிந்துகொண்டோம். நாம் பிதாவின் தளராத இதயத்தையும், அவருடைய நிலைத்து நிற்கும் அன்பையும் பார்க்கிறோம். நாம் வியந்து, மெய்சிலிர்த்து, முற்றிலும் நம்பிக்கையால் நிறைந்துள்ளோம். ஆனால் துல்லியமாக இந்த நம்பிக்கையின் தருணத்தில்தான், நாம் காயப்படத் துவங்குகிறோம். கிறிஸ்துவின் ஒளி நம்மில் வீசும் பொழுது, அது ஆச்சரியமான நம் இலக்கை மாத்திரம் ஒளிரச்செய்யாமல், நாம் நமது புத்தி சுயாதீனத்தை இழந்துவிட்டோம் என்னும் உண்மையையும் வெளிப்படுத்துகிறது. இந்த உண்மையை பார்க்கும்பொழுது, நாம் எங்கோ பயம் என்கிற தூர தேசத்தில் சுற்றித் திரிகிறோம் என்பதை உடனே அறிந்துக்கொள்கிறோம். கிறிஸ்துவில் உள்ள நம் இரட்சிப்பு, நம்முடைய முற்றிலும் தொலைந்துபோன மனதை வெளிப்படுத்துகிறது.

"நீ என்னுடையவன்!" என்பது, என்றென்றும் இயேசுவிலே நம்மைப் பார்த்துச் சொன்ன பிதாவின் வியக்க வைக்கும், சந்தோஷத்தின் வார்த்தையாகும். ஆனால், இத்தகைய ஆசீர்வாதமான விடுதலையாக்கும் வார்த்தையில் தவிர்க்கமுடியாத ஓர்

எதிரொளி உள்ளது: "காரிருளில் வாழும் மூடனே" என்ற சத்தமே! நாம் பிதாவால் அரவணைக்கப்பட்டுள்ளோம் என்பதைப் பார்க்கும்பொழுது, அது நமக்கு ஜீவனைக் காண்பிக்கிறது. அந்த ஜீவன் நிறைந்த வாழ்வைப் பார்க்கும்பொழுது, நாம் வாழவே இல்லை என்பதையும், நாம் விழுந்துப்போனோம் என்பதையும், நம்மில் நாமே குழம்பியுள்ளோம் என்பதையும் அறிந்துகொள்கிறோம். இப்பொழுது, நம் வாழ்வை *வாழ்க்கையாகவே* பார்க்காமல், அதை ஒரு சோகத்தின் வடிவமாய் காண்கிறோம். இயேசு கிறிஸ்து நம் காரிருளின் திரையைக் கிழிக்கும்பொழுது, பிதாவின் இருதயத்தின் அழகு மற்றும் பெலனை நாம் கண்டுபிடித்து, நாம் அன்பு கூறப்படுகிறோம் என்பதையும் அரவணைக்கப்பட்டுள்ளோம் என்பதையும் பார்க்கிறோம். அப்படி பார்க்கும்பொழுது, கிறிஸ்துவுக்குள் *நாம் யார்* என்பதற்கும் நாம் யார் என்று நம்மைப்பற்றி நாம் *நம்பியுள்ளோம்* என்பதற்கும் இடையில் உள்ள பயங்கரமான பெரும் இடைவெளியைக் குறித்து நாம் விழிப்புள்ளவர்களாகிறோம். இத்தகைய கண்டுபிடிப்பு, நம் ஆத்துமாக்களை நம்பிக்கையால் நிறைக்கிறது. அதே சமயத்தில் இது நம் பயத்தையும் தூண்டுகிறது.

நம் வாழ்வில் என்ன நடக்கிறது என்பதை நீங்கள் பார்க்கவில்லையா? நாம் பிதா, குமாரன் மற்றும் பரிசுத்த ஆவியைச் சேர்ந்தவர்கள். நாம் பகிரப்பட்ட ஜீவனாகிய திரித்துவ வட்டத்தினுள் சேர்க்கப்பட்டுள்ளோம். இயேசு நம்மை நம் விழுந்துப்போன மனதில் சந்திக்கிறார். ஆனால், பரிசுத்த ஆவியின் ஐக்கியத்தில் பிதாவை அறிந்த நேசகுமாரனின் பிரசன்னம் இயல்பாகவே நம்மை தொந்தரவு செய்கிறது.

பேதுரு, இயேசுவோடு மீன் பிடித்த சம்பவம் உங்களுக்கு நினைவிருக்கிறதா? படகிலிருந்தபடி இயேசு பிரசங்கித்து முடித்தப் பின்பு, அவர் பேதுருவை நோக்கி வலைகளை ஆழத்தில் போடும்படிச் சொன்னார். பேதுருவோ இரவெல்லாம் வலை வீசியும் ஒன்றும் பிடிபடவில்லை. இருப்பினும், இயேசுவுக்கு செவிகொடுக்க முன்வந்தான். இயேசு வலையைப் போட சொன்ன இடத்தில் போட்டப்பொழுது, வலைகள் கிழியத்தக்கதான மீன்களைப் பிடித்தான். பேதுரு மெய்சிலிர்த்துப்போனான். அதே சமயம், அது அவனை *தொந்தரவும்* செய்தது. மெய்யாகவே, பேதுரு சொன்னதாவது: "நான் பாவியான மனுஷன், நீர் என்னைவிட்டுப் போகவேண்டும் என்றான்" (லூக்கா 5:8).

இயேசு, நம்முடைய ஓய்வு நேரத்தில் நாம் சிந்திக்கத்தக்க ஒரு பயனற்ற யோசனையல்ல. அவர் நம்மிடம் ஒரு யோசனையாகவே வரவில்லை. பிதாவின் அரவணைப்பின் சந்தோஷமும், ஜீவனும், விடுதலையும் அழகும் உள்ள ஓர் நபராகவே வருகிறார். அவர் ஆவியில் அபிஷேகிக்கப்பட்டவராய் வருகிறார். இத்தகைய அழகு, இத்தகைய விடுதலை மற்றும் ஜீவன் நம் வாழ்வை முற்றிலும் தொந்தரவு செய்வதாய் உள்ளது. அது தொந்தரவு செய்யாமல் இருப்பது எப்படி? அவர் *நம்மை நம் காரிருளில்* கண்டுபிடிக்கிறார். நம் வாழ்வில் நம்மை விட்டு பிரியாத "*மற்றொருவர்*" அவர். இந்த *மற்றொருவருடைய* பிரசன்னம், நம்மை நம்பிக்கையால் உயிர்ப்பித்து, நமது மாய உலகை அசைக்கிறது. அவரது பிரசன்னத்தில் நாம் அன்புகூறப்படுபவர்களாக உணரும் அதே சமயம் வழிதவறியும் செல்கிறோம்.

இங்குதான் நம் வாழ்வின் நெருக்கடி உள்ளது. இயேசு கிறிஸ்து நம்மை மிகவும் நேசிக்கிறார், நம்முடைய புராணக் கட்டுக்கதைகளில் நாம் அழிந்துபோவதற்கு நம்மை விட்டுவிடுவதில்லை. இருப்பினும் தவிர்க்கமுடியாத அவரது பிரசன்னம், நம் வாழ்வு காரிருளிலும், மரணத்திலும் கட்டப்பட்டிருப்பதாக வெளிப்படுத்திக் காட்டுகிறது. அவர், அவருடைய மனதை நம்முடன் பகிர்வது நமக்கு முன் ஒரு புதிய உலகத்தை முன் வைக்கிறது, பிதாவைப் பற்றியும், நம்மை பற்றியும் மற்றவர்களைப் பற்றியும் பிரமிக்கக்கூடியதோர் காட்சியை தருகிறது. இக்காட்சி நம்

ஆத்துமாக்களினுள் ஆராய்ந்து, நாம் அன்புகூறப்படுகிறோம், போற்றப்படுகிறோம், என்பதையும் நாம் இணைக்கப்பட்டுள்ளோம் என்பதையும் *மற்றும்* பிதாவின் அரவணைப்பின் சந்தோஷத்தில் வாழ்வதிலிருந்து வெகுதூரத்தில் இருக்கிறோம் என்பதையும் உண்மையாய் நமக்கு வெளிப்படுத்துகிறது.

இப்படி வெளிப்படுத்துவது, நரகத்தின் வலியைத் தருகிறது. நிச்சயமாக, இயேசுவின் நோக்கம் நம்மை காயப்படுத்துவதல்ல. அவரது பிரசன்னத்தின் புடமிடும் நோக்கம் என்னவெனில், நம்மை விழித்தெழச் செய்வதும், நமக்கு திடநம்பிக்கை அருள்வதும், நம்மை முழு இருதயத்தோடும், ஆத்துமாவோடும், மனதோடும், பெலத்தோடும் பதிலளிக்கவிடும் அழைப்பாகும். நம்முடைய காரிருளில் பிதாவின் இருதயத்தைப் பற்றிய அவருடைய அறிவை நம்மோடு பகிர்ந்துக்கொள்கின்ற அவருடைய உண்மையின் அர்த்தம் என்னவெனில், நாம் வாழ்வதற்கான ஓர் அழகிய வாழ்வு நமக்குண்டு *மற்றும்* அப்படியொரு அழகிய வாழ்க்கையை நாம் இன்னமும் வாழவில்லை என்பதே. இத்தகைய பொருத்தமற்ற தன்மையின் வலி என்பது, நாம் காரிருளைக் கைவிட்டு, பிதாவின் இருதயத்தை விசுவாசித்து, நம்மை சொந்தக் காலில் நிற்கச் சொல்லும் கட்டளையாகும். நிச்சயமாகவே, "காரிருளில் வாழும் மூடனே" என்ற வார்த்தையைத் தொடர்ந்து "நீ என்னுடையவன்" என்று இயேசுவிலே நம்மைப் பார்த்துச்சொல்லி, "எழுந்திரு, என் பிரியமே, என் அன்பை பெற்றுக்கொண்டு வாழ்ந்திடு" என்ற பிதாவின் இருதயத்தின் கட்டளையும், மாபெரும் ஆசீர்வதிக்கப்பட்ட வார்த்தைகளும் அதைத் தொடர்ந்து வருவது தவிர்க்கமுடியாதவை.

அதிகாரம் 11

கொடூரமான சூழ்ச்சி

வேறொருவனும் உண்டு. இயேசுவின் ஒளிக்கதிர்களுக்குப் பின்னால் கதைகளை வரைந்து, அதன் அதிகாரத்தை கெடுத்து, அதன் வலியை வெளிக்காட்டுகிற ஒருவன். இந்த "வேறொருவன்'' பிதாவின் இருதயத்தின் கட்டளையாகிய வியத்தகு மற்றும் சந்தோஷமிகு விடுதலையை பயம்மிகுந்த ஆக்கினைத் தீர்ப்பாய் மாற்றுகிறான். பிதாவின் தவிர்க்க முடியாத அன்பினால் தாக்கப்படும் வரை, ஒரு பதுங்கியிருக்கும் சிங்கம் போல் காத்திருக்கிறான். "நீ என்னுடையவன்'' என்ற சத்தம் கேட்கும் வரை, "இருளில் வாழும் மூடனே" என்ற சத்தமும் கேட்டுக்கொண்டே இருக்கிறது. "இருளில் வாழும் மூடனே" என்ற சத்தத்திற்கும், "எழும்பு, என் பிரியமே, என் அன்பை பெற்றுக்கொண்டு வாழ்ந்திடு'' என்ற சத்தத்திற்கும் இடையில் உள்ள தருணத்தில் இந்த சிங்கம் கொலை செய்யத் துள்ளுகிறது. இந்த "மூடனே'' என்பதை அவன் எடுத்து அடையாள வார்த்தையாகிய "நான் _______ அல்ல'' என்பதாக திரித்துவிடுகிறான். *நான் ஏற்றுக்கொள்ளப்பட்டவன் அல்ல, நான் நேசிக்கப்பட்டவன் அல்ல, நான் சேர்த்துக்கொள்ளப்பட்டவன் அல்ல, நான் விசேஷித்தவன் அல்ல, நான் போதுமானவன் அல்ல; என்னால் முடியாது, நான் பாத்திரன் அல்ல. நான் முக்கியமானவன் அல்ல. பார், தேவன் முட்டாள்களை நேசிப்பதில்லை, தேவன் கண்காணிக்கிறவர், அவரே உன்னைப் பார்த்து நீ தோற்றுப் போனவன் என்று சொல்கிறார். நீ அழிந்தாய். "இருளில் வாழும் மூடனே'' என்ற சத்தத்தை நீ கேட்கவில்லையா?* என்கிறான்.

தன்னில்தானே வல்லமை ஏதும் இல்லாத இந்த தீமையானவன், இயேசுவின் ஊடுருவும் வெளிப்பாட்டின் வல்லமையைப் பயன்படுத்தி, தனது கொடூரமான செய்தியை பிரசங்கித்துவிடுகிறான். நம் இருளின் நிலை வெளிக்காட்டும் சத்தியத்தைப் பயன்படுத்தி, அவன் ஆக்கினைத்தீர்ப்பின் வார்த்தைகளை வீசுகிறான். இந்த வெளிக்கொணர்தல் முதன்மையானதாக இருந்தாலும், நமக்கு இதைப்பற்றி ஒன்றும் தெரியாது. ஜான் மற்றும் ஸ்டிஃபேனியைப் போன்று, எங்கு பார்த்தாலும் நமக்கும்,"நான் ஏற்றுக்கொள்ளப்படாதவன்'' என்பதை பார்ப்பதற்கான கண்கள் மட்டுமே உண்டு. நம் வாழ்வு, நமது பெற்றோர், கணவர்கள் அல்லது மனைவிகள், நண்பர்கள் மற்றும் சூழ்நிலைகள், நிகழ்வுகள் ஆகிய எல்லாமே, இந்த பொய்யை நிச்சயித்து இதற்கான ஆதாரங்களைக் கொடுத்துக் கொண்டேயிருக்கிறது.

இயேசு தமது உணர்ச்சிமிகு அன்பினிமித்தம், நமது புகைசூழ்ந்த திரையினுள் புகுந்து நம் விழுந்துபோன மனதில் நம்மை கண்டடைந்தார். உங்கள் காரிருளில் உள்ள, பிதாவை அறிந்த குமாரனுடைய பிரசன்னமானது விடுதலை மற்றும் தீவிரமான வலி ஆகிய இவ்விரண்டையும் கொடுக்கும் கலவையாயிருக்கிறது. இதில், ஒன்றில்லாமல்

மற்றொன்றில்லை. உங்களுக்கு வலி இருக்குமென்றால், உங்கள் பிரச்சனை மிக உண்மையானது என்பதை உங்களை நம்பச் செய்யும்படி குமாரன் அதைப் பற்றி சிந்திக்க வைக்கிறார். அதினிமித்தம் ஒரு தனிப்பட்ட விடுதலையை அவர் நமக்குக் கொடுக்கிறார். ஆனால், இயேசுவின் நல் சித்தத்தையும், தப்பிக்க முடியாத அவரது பிரசன்னத்தையும் நாசம்பண்ணுகிற வேறொருவனும் உண்டு. இயேசு தம் பிதாவின் அன்பை பற்றி உங்களோடு பகிர்ந்து கொள்ளும்போது, உங்களுடைய மீட்பின் வலியை, தீமையானவன் எடுத்து, ஆக்கினைத்தீர்ப்பைக் கூற பயன்படுத்திக்கொள்கிறான். அவன் குடும்பத்தின் சங்கடத்தை எடுத்து அதை வெட்கமாய் மாற்றிவிடுகிறான். பிதாவை பற்றிய இயேசுவின் அறிவு நம்மில் ஏற்படுத்திய வலியைக்கொண்டு, அந்த பொய்யான கட்டுக்கதை கடவுள் உண்மை என்பதை நிச்சயிக்க வைக்கிறான்.

சற்று நிதானித்து இதை உள்வாங்கிக்கொள்ளுங்கள். *பிதாவின் அன்பினால்* உண்டான வலியைத் தீமையானவன் பயன்படுத்தி நம்முடைய பொய் கடவுளை நிச்சயிக்கிறான். இயேசுவின் சீரான மற்றும் தாக்கத்தை ஏற்படுத்தக்கூடிய ஆழமான நிச்சயம் மற்றும் சமாதானத்தை திரித்து பொய்யாக்கி, இயேசுவின் நாமத்தையும் அந்த பொய்யினுள் கொண்டு வருகிறான். இயேசு, அவனை "பொய்களின் பிதா" என்று சரியாகத்தான் அழைக்கிறார். அவன் பொய்யன். ஆகவே, உங்கள் வலி மற்றும் உங்கள் அங்கலாய்ப்பின் கற்பனைதான் கடவுளைப் பற்றிய சத்தியம் என்ற பொய்யை நம்பச் செய்கிறான்.

இது எவ்வாறு வேலை செய்கிறது என்பதை விளக்க ஒரு உதாரணத்தைக் காட்ட விரும்புகிறேன். சில வருடங்களுக்கு முன்பு, எங்கள் அடுக்குமாடி குடியிருப்பின் சுவரின் நிறத்தை பற்றி எனக்கும் எனது மனைவிக்கும் இடையில் ஒரு விவாதம் ஏற்பட்டது. அது நிச்சயமாக வெண்மையாக இருக்க வேண்டும் என்று நான் வாதிட்டேன். என் மனைவியோ, அது முழு வெள்ளை நிறமல்ல என்று வாதிட்டார்கள். எனவே, என் கருத்தை நிரூபிக்க, நான் ஒரு வெள்ளைக் காகிதத்தை எடுத்து அதை சுவரோடு வைத்து பிடித்தேன். வைத்த உடனேயே நான் தவறு செய்துள்ளேன் என்பதை புரிந்துகொண்டேன். காகிதத்தின் வெண்மை, சுவர்களின் வெண்மையை விட அதிகமாய் இருந்ததை கண்டேன்.

இயேசு நம் விழுந்துபோன மனதினுள் ஊடுருவும்பொழுது சம்பவிப்பது இதுவே. அவருடைய வெண்மை அல்லது பிரகாசம், நம் வாழ்வின் பழுப்பான வெண்மையை வெளிப்படுத்துகிறது. பிதாவின் இருதயத்தைப் பற்றிய அவருடைய அறிவு, அவருடைய இயற்கைக்கப்பாற்பட்ட நிச்சயம், சமாதானம், அவரது சந்தோஷம் மற்றும் பெருகும் விடுதலை ஆகியவை, நாம் ஒரு சுண்டெலியைப் போன்று பயந்து ஒளிந்து வாழ்ந்துக் கொண்டிருக்கிறோம் என்பதை நமக்கு வெளிப்படுத்துகிறது. இத்தகைய வெளிப்படுத்துதல் நம்மில் வலியை ஏற்படுத்துகிறது. நிச்சயமாக இயேசுவின் நம்பிக்கை நமக்கு நம்பிக்கை தருகிறது, அவருடைய சமாதானம் மற்றும் நிச்சயம் நமக்கும் சமாதானம் மற்றும் நிச்சயத்தைத் தருகிறது. ஆனால், அதுவே நம்மை அக்கினியில் அகப்படுத்துவதுமாய் இருக்கிறது. அவருடைய சொந்த சமாதானம், தனது விரல்களை, நமது சிரமத்திற்குள் வைத்து நாம் உணரும்படி செய்கிறது. அவருடைய இளைப்பாறுதல், நாம் ஓடிக் கொண்டேயிருப்பதை நிரூபிக்கிறது. அவருடைய ஜீவன், நமது சுயமாய் தோற்றுவிக்கப்பட்ட மதத்தை மரணமாய் வெளிப்படுத்துகிறது. அவருடைய பிதாவோடு இருக்கும் அவருடைய சுதந்திரம் என்பது ஒரு கண்ணாடியைப் போன்றுள்ளது, அதில் பிதாவின் அன்பில் சற்றும் விடுதலையற்று, நடுக்கத்துடன், சோகமாய், உடைந்துப்போயிருக்கும் நம்மையே பார்க்கிறோம்.

என்ன நடக்கிறது என்பதை உங்களால் பார்க்க முடிகிறதா? இயேசுவின்

இயற்கைக்கப்பாற்பட்ட நிச்சயம் நம் ஆழமான பாதுகாப்பின்மையை தொடுகிறது. பிதாவின் மன்னிக்கும் வெண்மையே, நம்முடைய குற்றவுணர்ச்சி என்னும் காரிருளை உணரச் செய்கிறது. சுகத்தைத் தேடி பிதாவின் கரங்களுக்கு நேராய் நம்மை ஓடச்செய்வதே இந்த பொருத்தமற்ற தன்மையின் நோக்கமாகும். நாம் பிதாவின் இருதயத்தை அறிந்திருந்தால், அவருடைய தாராளமான மன்னிப்பை நம்பியிருந்தால், வெளியாக்கப்பட்ட காரிருள் நம் குற்றஉணர்ச்சி, பயம், பாதுகாப்பின்மை ஆகியவற்றினின்று விடுவித்து நம்மை முற்றிலுமாய் பிதாவின் அன்பில் மூழ்கச் செய்யும் ஒரு கட்டளையாகச் செயல்படுகிறது. ஆனால் குற்றப்படுத்துபவன் அப்படிப்பட்ட ஒரு தருணத்திற்காகத்தான் காத்துக் கொண்டிருக்கிறான். அவன் நம்முடைய பாதுகாப்பின்மை, குற்ற உணர்வு மற்றும் பயத்தைத் திரித்து அவைகளை ஒரு பொய் கடவுளாக மாற்றிவிடுகிறான். பிதாவின் முகம் நம் குற்ற உணர்வால் தார் பூசப்பபட்டிருக்கும்போது, அவருடைய கண்கள் நம் பயத்தால் வரையப்பட்டுள்ளபடியால், அது எப்போதும் கண்காணிக்கின்ற, ஆவலாய் நியாயம்தீர்க்கக் காத்திருக்கும் ஒரு நியாயாதிபதியை நம் மனதின் மூலைகளில் பிறப்பித்துவிடுகிறது.

இயேசு பிதாவின் அன்பை நம்மோடு பகிர்ந்துகொள்ளும்பொழுது, தேவ அன்பைப் பெற்றுக்கொள்வதில் எங்கு, எப்போது, எப்படி நாம் தவறினோம் என்பதை நாம் பார்க்கத் துவங்குகிறோம். நாம் வழிதவறிய குமாரரும் குமாரத்திகளுமாயிருக்கிறோம் என்பதை அறிந்துகொள்கிறோம். ஆனால், நாம் அவருடைய அன்பை நம்முடைய உடைந்த வாழ்வில் பெறுவதற்கு முன்பாக, "*திசைகெட்டுப்போவது சரியே, உன்னை நீயே பார்!*" என்று குற்றப்படுத்துபவன் நம் செவிகளில் மெல்லச் சொல்கிறான். அது, ஒரு நொடிப்பொழுதில், வெளிக்காட்டி விடுதலையாக்கும் பிதாவின் அன்பை, "*நான் நேசிக்கப்படாதவன், நான் ஏற்றுக்கொள்ளப்படாதவன், எப்பொழுதும் என்னை ஏற்றுக்கொள்ள முடியாது*" என்று திரித்துவிடுகிறது. நம்முடைய வழிதவறிய நிலையை நாம் உணருவது கடைசியில், குற்றம் சாட்டுபவனின் வஞ்சனைக்குத் தீனியாகிவிடுகிறது.

உங்களால் இதைப் பார்க்க முடிகிறதா? இதுவே அந்த கொடூரமான தந்திரம். முதலாவது, பிதாவின் அன்பும், மன்னிப்பும், தன் குமாரனை நேசிக்கும் விதமாகவே நம்மீதும் வழிந்தோடுகிறது. அவர்களுடைய சுதந்திரத்தை ஆவியில் நாம் அனுபவிக்கும்படியாக, இயேசு இந்த அன்பையும் மன்னிப்பையும் நம்முடன் பகிர்ந்துக்கொள்கிறார். அவர் பகிரும்போது, நாம் நம் குற்றத்தை உணர்கிறோம். இந்த அன்பை நாம் அறிந்துக்கொள்ளும்பொழுது, நாம் இந்த சந்தோஷத்தில் வாழவில்லை என்பதையும் அறிந்துக்கொள்கிறோம். இங்கேதான், நம்மை வெளிப்படுத்திக் காட்டும் பிதாவின் அன்பு மற்றும் மன்னிப்பின் வெளிச்சத்தைப் பயன்படுத்தி, நம் குற்ற உணர்வை, அந்தப் பொய்யன் எடுத்து, *நம் மனங்களில்*, மன்னிக்கத் திராணியற்ற ஒரு பொய்க் கடவுளை உண்டாக்கிவிடுகிறான். அவன், பிதாவின் மன்னிப்பு நம்மில் உள்ள குற்றத்தை வெளிப்படுத்தும்வரைக் காத்திருந்து, அது வெளிப்படும்பொழுது அதைப் பயன்படுத்தி, ஒரு மன்னிக்க இயலாதக் கடவுளை நம் தலையில் புகுத்திவிடுகிறான். நாமும் வேறு போக்கிடமற்றவர்களாய், மன்னிக்க முடியாத கடவுளுக்கு முன் குற்ற உணர்ச்சியுடனேயே கைவிடப்பட்டவர்களாய் நிற்கிறோம்.

அதிகாரம் 12

ஓட்டம்

நாம் மிகவும் தகுதியற்றவர்களாயிருக்கிறோம்; என்ன நடக்கிறது என்பதே நமக்குத் தெரியவில்லை. பிதாவின் அம்பலப்படுத்தும் மன்னிப்பின் பூரண பெலத்தை முதன்மைப்படுத்தி, தீமையானவன் நமது காதுகளில் "நான் ______ அல்ல" என்பதை மெல்லிய சத்தத்தில் சொல்லுகிறான், *நிச்சயமாக, "நான் தகுதியற்றவன், அன்பு காட்டப்படாதவன், ஏற்றுக்கொள்ளப்படாதவன், இதன் ஆதாரம் எவ்விடத்திலும் தென்படுகிறது, தேவன் என்னை எப்படி பார்க்க முடியும்?"* என்ற இப்படிப்பட்டவைகளே இந்த உலகின் வெளிப்படையான உண்மையாக நமக்குத் தெரிகிறது. வெட்கத்திலும், நம்பிக்கையின்மையிலும், நிராயுதபாணிகளாய் சிக்கிக்கொண்டோம். நாம் தொலைந்தோம் என்பது நமக்குத் தெரியும். இந்த நிராகரிப்பு, கைவிடப்படுதல் மற்றும் படுகுழி ஆகியவற்றை சந்திக்க நமக்கு தைரியமில்லை. இவை அனைத்தின் வலியும் தாங்கிக்கொள்ள முடியாததாயிருக்கிறது. எனவே, நாம் நமது முழு பெலத்தோடும் இவைகளைவிட்டு ஓடுகிறோம். நாம் ஏன் ஓடக்கூடாது? நாம் தேர்வு செய்ய மெய்யாகவே வேறு என்ன வழியுண்டு? எனவே, அடுத்த 30 ஆண்டுகளுக்கு வளைந்து கொடுத்து வாழ்க்கையை நகர்த்துகிறோம். இதை நாம் காதல் என்றும், திருமணம் மற்றும் நட்பு என்றும் அழைக்கிறோம். இதை வேலை என்றும் தரிசனம் என்றும், தொலைந்து போனவர்களுக்கான தேடல் மற்றும் உதவியற்றவர்களைப் பற்றிய பாரம் என்றும் கூட அழைக்கிறோம். இதை நாம் ஆராதனை என்றும் கர்த்தருக்கு கீழ்படிதல் என்றும் கூட அழைக்கிறோம். ஆனால், அது நம்முடைய வலி, அந்த வலியிலிருந்து நம்மை மறைத்துக்கொள்ள, அதிலிருந்து தற்காலிகமான விடுதலை கொடுக்கும் ஒரு இடத்திற்கு நம்முடைய பொய்யான கடவுள் வழிநடத்துகிறது.

திரிக்கப்பட்ட பொய்யின் காரிருளில், நாம் மெய்யாகவே பிதாவின் மகிழ்ச்சியிலிருந்து நம்மை ஒளித்துக்கொண்டு, நம் இரட்சகரை விட்டு ஓடுகிறோம். குழப்பத்திலும் பயத்திலும், நம்பிக்கையின்மையிலும் இருக்கும் நாம், பிதாவின் மன்னிப்பை விட்டு, நம் கற்பனைக் கடவுளை திருப்திபடுத்த பொய்யான மதத்திற்குள் ஓடுகிறோம். நாம் ஓடுவதை நிறுத்தி, பிதா நம்மை எப்போதும் நேசிக்கிறார், இனியும் அவர் எப்போதும் நேசிப்பார் என்பதையும், அவர் மன்னிக்கிறார் என்பதையும், நாம் என்றென்றும் பிதாவினால் அரவணைக்கப்பட்டவர்களாய் இருக்கிறோம் என்பதையும் சிந்தித்து உதவிக்காய் கதறுவோமானால் நலமாயிருக்கும். ஆனால், நாம் ஓட்டத்தை நிறுத்துவது எப்படி சாத்தியமாகும்? நம்முடைய கற்பனைக் கடவுளை சந்திப்பது எப்படி? "நான் ஏற்றுக்கொள்ளப்படாதவன்" என்ற சத்தம் காதுகளில் ஒளித்துக் கொண்டிருக்கும் பொழுது யார்தான் இந்த மன்னிக்காத மிருகத்தின் கரங்களுக்கு ஓடுவார்? இந்த

கொடூரமான கடவுளின் சத்தத்தைக் கேட்டு, இதன் நியாத்தீர்ப்பின் நரகத்தை சகித்துக் கொண்டிருக்க யார் விரும்புவார்?

நம் வலியிலிருந்து நம்மை காப்பாற்றிக்கொள்வதற்கான பயணத்தை நாமே தொடங்குகிறோம். ஜான், தன்னுடைய வலி நிறைந்த ஆத்துமாவை ஆற்ற தன் வேலையையும், மருந்தையும், தன் மனைவியை சார்ந்துகொள்வதையும் தெரிந்து கொண்டார். இருப்பினும், இவை அனைத்திலும் தனக்குள்ளே மரித்தவனாய், நொறுங்கின உறவின் பாகங்களைத் தனக்கு பின்பாகத் தடதடமாக விட்டு வந்தான். ஸ்டிஃபேனி, கற்பனையின் பரிபூரண நற்குணம் மற்றும் தனக்குப் பிரச்சனை இல்லை என்று மறுப்பதைத் தேர்ந்தெடுத்தாள். அவள், தன்னை எவ்வாறு பார்க்க முடியும்? அப்படி அவள் தன்னை பார்ப்பது எதைக் குறிக்குமென்றால், தன் கற்பனை மற்றும் மன்னிக்க முடியாத கடவுளின் முகத்தில் "நான் ஏற்றுக்கொள்ளப்படாதவள்" என்ற வலியை உணர்ந்து, முற்றிலும் கைவிடப்படுவோம் என்ற அச்சுறுத்தலுடன், அக்கடவுளுக்கு முன் நேருக்கு நேராக நிற்பதைக் குறிக்கும். இத்தகைய பயமுறுத்தும் கனவை யாரால் சந்திக்க முடியும்? எனவே அவள் தன்னை நல்லவளாகவும், தன்னிடம் அனைத்தும் சரியாக உள்ளதைப் போன்றும் பாசாங்குச் செய்வதில் ஓடுகிறாள். இந்த பாசாங்குச் செய்யும் விளையாட்டில், அவளுடைய அனைத்து உணர்ச்சிளும் கைகோர்த்து அவளை ஆதாரித்து, அவளுக்கு துணைச் செய்கிறது, இது அவளை, தன் கணவன் மற்றும் குடும்பத்திற்கு உணர்வு ரீதியாக உறுதுணையற்றவளாக்குகிறது. சவுல் மற்றும் ஏகூதை உங்களுக்கு ஞாபகம் இருக்கிறதா? அவர்கள் தங்குளுக்குத் தானே நல்லவர்களாய் காட்டிக்கொள்ளும் ஒரு கற்பனை மதத்தை உருவாக்கி, அதை அரவணைத்து, அதன் பின் ஓடிக்கொண்டிருந்தனர். அந்த உணர்வு அவர்களுக்கு மிக உயர்ந்ததாய் இருந்தது. எனவே தங்கள் மத நம்பிக்கையை அச்சுறுத்தும் எதையும் - பிதாவின் குமாரன் அவதரித்தது உட்பட - சுட்டு வீழ்த்தக் கைகளில் எப்போதும் துப்பாக்கிகளோடு ஆயத்தமாயிருந்து, ஒரு அபாய எச்சரிக்கையுடனேயே வாழ்ந்து வந்தனர்.

நாமும் ஓடுகிறோம், இதைவிட மெய்யான வேறென்ன வழியுண்டு? உங்களால் பார்க்க முடியவில்லையா? நம் வாழ்வின் மிகுதியை ஓடுவதிலும், ஒளித்துக்கொள்வதிலும், நம் பயத்தை சரி செய்ய வேலைச் செய்வதிலுமே கழிக்கிறோம். ஆனால், இந்த வலி தாங்கிக்கொள்ள முடியாதது. எனவே இப்படி ஒரு வலியே இல்லை என்பதைப் போன்று நாம் பாசாங்குச் செய்கிறோம். இந்த வலியை, பொழுதுபோக்குளைக்கொண்டோ அல்லது நம் வேலை அல்லது ஏதோ ஒரு விதமான போதையில் நம்மை சுரணையற்றுப்போகும்படி செய்து கொள்கிறோம். நாம் நன்றாய் உணர்வதற்கு மற்றவர்களைச் சார்ந்துக்கொள்கிறோம். நாம் தகுதியானவர்களே என்பதை நம்ப நமக்கு நாமே ஒரு கனவு காண்கிறோம். அந்த கனவு வேலை செய்யாதப்பொழுதும் கூட, நாம் பழிவாங்கும் எண்ணத்தோடு அதை பாதுகாக்கிறோம்.

இயேசு, ஒரு மாபெரும் இறையியல் ஒப்பந்தத்தோடு நம்மிடையே வரவில்லை. அவர் நம் மூளையை துளையிடும் கருவியோடும், துள்ளியமான அறிவை நமது தலையில் ஊற்றத்தக்க ஒரு புணலுடனும் வரவில்லை. அவர் சாதாரணமாகவும், ஆளுகையோடும் நம் காரிருளினுள் பிரவேசித்தார், அவருடைய பிரசன்னம் தவிர்க்க முடியாத வலியை ஏற்படுத்துகிறது. பிதாவின் அன்பைப்பற்றிய அவருடைய அறிவு, நாம் எங்கே, எப்போது, எப்படி அவருடைய அன்பைப் பெற தவறுகிறோம் என்பதைச் சுட்டிக் காட்டுகிறது. இந்த அம்பலமாக்குதலை தீமையானவன் சிதைத்து, "நான் ஏற்றுக்கொள்ளப்படாதவன்" என்ற மெல்லிய சத்தத்தை நம் செவிகளில் போட்டு, நம் சிந்தையிலுள்ள கற்பனைக் கடவுளை உறுதி செய்கிறான். இந்த மன்னிக்க திராணியற்ற கடவுளுக்கு முன், நாம் ஏற்றுக்

கொள்ளப்படாதவர்களாய் கைவிடப்பட்ட நிலையில் நிற்கிறோம். யாரோ ஒருவர் நம் வாழ்வின் மூல நரம்பைத் தொட்டது போல், நாம் பின்வாங்கி, 30, அல்லது 40 அல்லது 80 வருட ஓட்டத்தைத் தொடங்குகிறோம்.

ஓட்டத்தை நிறுத்தி சிந்தியுங்கள். நீங்கள் ஏன் வேலை செய்ய தூண்டப்படுகிறீர்கள்? நீங்கள் எதை, யாரிடம் நிரூபிக்க முயற்சிக்கிறீர்கள்? என்னைத் தவறாக புரிந்துகொள்ள வேண்டாம். வேலை நல்லது. நாம் வேலை செய்ய ஆவலாயிருக்க வேண்டும். ஏனெனில் நாம் பிதா, குமாரன், பரிசுத்த ஆவியின் படைப்பின் ஆசீர்வாதத்தில் பங்கு பெறவே உண்டாக்கப்பட்டுள்ளோம். ஆனால், வேலையானது, "நான் ஏற்றுக் கொள்ளப்படாதவன்" என்ற நம்பிக்கையினாலோ, அல்லது நம்மை ஒரு பருந்து போல் எந்நேரமும் கண்காணிக்கும் நம் கற்பனைக் கடவுளாலோ, அல்லது நம் வலியை மறக்க பல்வேறு சாதனங்களை வாங்க ஏதுவான பொருளாசையால் தூண்டப்படுவோமானால், மெய்யாகவே வேலையின் சந்தோஷம் நிசப்தமாக்கப்பட்டுவிடும். இவ்வுலகில் ஒரு வேலையை பிதாவின் அரவணைப்பிலிருந்து செய்வதற்கும், அதே வேலையை பாதுகாப்பின்மை, பயம் மற்றும் வலியிலிருந்து செய்வதற்கும் நிறைய வித்தியாசம் உண்டு. ஒன்று, பிதாவின் அன்பின் விடுதலையை அவருடைய பிள்ளைகளுக்குக் காண்பிக்க செய்யப்படும் தொண்டு. மற்றொன்று, சுய-இரட்சிப்பின் திட்டமாகும். சுய-இரட்சிப்பு என்பது, நம்மை நாமே நியாயந்தீர்த்துக்கொள்வதும், பொழுதுபோக்கைப்போன்றதும், அல்லது ஒரு போதைப் பொருளைப் போன்றதுமானது. இதில் ஒவ்வொன்றும் நம்மை மேலும் தோல்வியடையச் செய்து, முன் எப்போதையும் விட நம்மை மிகுந்த துன்பத்தில் ஆழ்த்துகிறது. அது இறுதியில் நம் உறவுகளில் மிகுந்த பாதிப்பை உண்டாக்குகிறது.

நாம் உள்ளே செத்துக்கொண்டிருக்கிறோம். எனவே, நம்மில் இல்லாத ஜீவனை மற்றவர்களிடமிருந்து பெறும்படி நாம் ஒருவரோடொருவர், தோலில் ஒட்டிக்கொண்டு, இரத்தத்தை உறிஞ்சும் அட்டையைப்[7] போல நம்மை இணைத்துக் கொள்கிறோம். நாமும் ஜானைப் போன்று, நம் உறவின் அறைக்குள் புகுந்து, கண்ணுக்குத் தெரியாத அடையாள பலகைப் போல, "என்னை சரிசெய், என்னை சரிசெய், என்னை சரிசெய்" என்று அலறுகிறோம். இதை சிந்தியுங்கள். நாம் நன்றாக உணருவதற்காக நம்மைச் சுற்றியுள்ளவர்கள் மீது நாம் கொடுக்கும் நுட்பமான, அதே சமயம் பயங்கரமான அழுத்தத்தைப் பற்றி சிந்தியுங்கள். நாம் எத்தனை நேரம் மக்களை கையாள்வதிலேயே நம் நேரத்தை செலவு செய்துள்ளோம் என்பதை சிந்தியுங்கள். நாம் வெட்கப்படுத்துவதிலும், ஈர்ப்பதிலும் எவ்வளவு கைதேர்ந்தவர்கள் என்பதையும், நம்முடைய காயங்களிலிருந்து நாம் காப்பாற்றப்பட்டு, நம்மைப் பற்றிய நல்ல உணர்வை அடைய, இந்த உலகத்தை குலுக்க நம் மனநிலைகளையும், நம் பெருமூச்சுக்களையும், நம் கோபம் மற்றும் பொய் சத்தியங்களையும் எப்படி பயன்படுத்துகிறோம் என்பதை உங்களால் பார்க்க முடிகிறதா? நீங்கள் அந்த அறையை விட்டு வெளியேறும்பொழுது என்ன நடக்கும் என்பதை எப்போதாவது சிந்தித்ததுண்டா?[8]

நமது இல்லாமையில் நாம் எவ்வளவு காயங்களை விளைவித்திருக்கிறோம்? "எல்விஸ் அறையை விட்டு வெளியேறி விட்டான்". நாம் நம்மைவிட்டு வெளியேறிவிட்டோம். பயம் நம்மை மூடிவிட்டது. சில ஆண்டுகளுக்கு முன்பு, தானியங்கி கட்டுப்பாட்டு பொத்தானை அழுத்தியதுப் போல, ஒவ்வொரு முக்கியமான

7 இந்த ஒப்புமைக்காக நான் கேரி ஆரிண்டர் அவர்களுக்கு கடமைப்பட்டுள்ளேன்.

8 மாபெரும் நடனம் என்னும் எனது மற்றொரு புத்தகத்தில் உள்ள திருமதி. ஃபிட்ஜட் அவர்களின் கதையைப் பாருங்கள், (ஜாக்சன்: பெரிக்காரஸிஸ் பதிப்பகம், 2000 மற்றும் வான்கோவர்: ரீஜண்ட் கல்லூரி வெளியீடு, 2005), 69 **ff.**, மற்றும் 78 **ff.**

விஷயத்திலும் மும்முரமாக ஈடுபட்டோம். அதில் எழுதப்பட்டுள்ள அனைத்தும் நமக்குத் தெரியும், ஆனால், பூட்டப்பட்ட ஆத்துமாவிற்கு வாக்கியங்களை வைத்து என்ன செய்வது? என் நண்பர் பில் ப்ளூ அவர்கள் சொல்வதைப் போன்று, "அவள் தேவதையைப் போன்று இருக்கிறாள். ஆனால் அவள் உள்ளேயோ ஊனமுற்றவளாயிருக்கிறாள்.'' நம்மிடமில்லாத ஒன்றை நம்மால் கொடுக்க முடியாது, எனவே, எவரும் வித்தியாசத்தை கண்டுபிடித்துவிடக் கூடாது என்பதற்காக நமது பகுதியைப் பார்க்க, முழு பலத்தோடு வேலை செய்கிறோம். நமது வேலை அல்லது அறிந்த காரியங்களுக்குப் பின்பாக நாம் ஒளித்துக்கொண்டு, நமது மெய்யான ஐக்கியத்தின் நண்பர்களான நம் கணவர்கள், மனைவிகள் மற்றும் பகிரப்பட்ட வாழ்வைத் திருடிவிடுகிறோம். உங்கள் இல்லாமை உங்கள் துணையை எவ்வாறு ஒரு நண்பரற்றவராய் விட்டுள்ளது என்பதை நீங்கள் பார்க்கவில்லையா? நீங்கள் அங்கே இல்லை. உங்கள் மனைவிக்கு தன் வாழ்வையும், தன் கண்ணீரையும் பகிர்ந்து கொள்ளத்தக்க ஒரு ஆத்மதோழன், ஒரு உண்மையான பங்காளர் இல்லாமல் போகிறது. அவர்கள் அழுதுக் கொண்டிருப்பது கூட தெரியாமல், "அந்த சாப்பாட்டை இங்கே கூடு; நேற்று இரவு நடந்த நிகழ்ச்சியை பார்த்தாயா?" என்றெல்லாம் கேட்கின்றீர்கள்.

நம் உன்னதமான நோக்கங்கள், நம்முடைய மறைந்திருக்கும் சோகநிலைக்கான பொழுதுபோக்காக மாறினால் என்ன ஆகும்? உதவி செய்வதற்கான நம்முடைய அற்புதமான வேட்கையே ஒரு போதைப் பொருளானால் என்னவாகும்? நாம் எப்போதும் மற்றவர்களுக்காகவே வேலையில் நம்மை ஈடுபடுத்திக்கொள்கிறோம். ஆனால், நம்முடைய ஈடுபாடு நமக்கானதாக இருக்குமோ? நம் தியாகம் நம்மை நம் துக்கத்திலிருந்து காப்பாற்றிக் கொள்வதற்கான மற்றொரு வழியாகவும், நமக்கு பின்னால் உறுதியளிப்பதாகவும் இருக்குமோ? நாம் நம்மை பாதுகாக்கவும், ஒளித்துக்கொள்ளவும், நம் முகப்பை நிலையானதாய் வைத்திருக்கவும், நம்முடைய உள்ளான உலகை மேலாண்மைச் செய்யவும், சக்கரங்கள் கழன்று விடாமல் இருக்கவும், எவ்வளவு உணர்ச்சிகள் மற்றும் ஆற்றலை நாம் உபயோகிக்கிறோம் என்பதைப் பார்த்தீர்களா? இந்த வலி உண்மையானது, மற்றும் தாங்கமுடியாதது. இதினிமித்தம், வாழ்க்கை என்பது, நிவாரணத்தைத் தேடும் ஒரு நீண்ட, சுயத்தை மையமாய்க் கொண்ட ஒன்றாகிவிடுகிறது.

நம் காரிருளில் இருக்கும் பிதாவின் குமாரனுடைய பிரசன்னம் நாம் இந்த நிலையில் இருக்க வேண்டியதில்லை என்பதை நமக்கு சொல்லுகிறது. நாம் வாழ்வதற்கான ஓர் அழகிய வாழ்வை அவர் நமக்குத் தருகிறார்.

அதிகாரம் 13

நல்ல மேய்ப்பன்

இயேசுவின் தடுமாற்றமான நிலை என்னவெனில், நாம் அவருடைய பிதாவின் இருதயத்தை அறிந்து அதன் விடுதலையில் வாழவேண்டும் என்று தீர்மானத்திருக்கிறார். ஆனாலும், அவர் நமது சுதந்திரத்தின் எல்லைகளைக் கடந்து நமக்காக தீர்மானங்களை எடுக்கமாட்டார். ஒரு மந்திரக் கோலை அசைத்து நம்முடைய தவறான புரிதல்களை அழிப்பதுமில்லை. அவர், மற்றெவரையும் சார்ந்திருக்கும் இரட்சகரல்ல. எல்லோருக்கும் தேவையாய் இருக்க வேண்டும் என்ற தேவை அவருக்கு இல்லை. அவர் நம்முடைய ஆத்துமாவினுள் நுழைந்து நம் வலியை நீக்க மாட்டார். ஆனால் அப்படி செய்தால் என்ன? அது பிரச்சனையைத் தீர்க்க சுலபமான வழியாயிருக்குமே. "வார்த்தையை" மட்டும் பேசி மனிதனின் விழுந்துபோன மனதை அழித்துவிட்டு, அதன்பின், நாம் சத்தியத்தைப் பார்த்து, அதைப் பெற்றுக்கொண்டு அதன் சந்தோஷத்தில் வாழும்படி நம் இயல்புநிலை அமைப்புகளை மாற்றியமைத்துவிடலாமே. இது சுலபமான மற்றும் துரிதமான வழியாகத் தோன்றலாம். ஆனால், இது அவ்வாறு செயல்படாது.

பிதா, குமாரன், பரிசுத்த ஆவியின் ஜீவனில் துவங்குவது என்பது ஒரு எந்திர முறையிலானதல்ல. திரித்துவ ஜீவன் என்பதின் இதயதுடிப்பு என்னவென்றால், தனித்துவமான நபர்களையும், தனித்துவமான சித்தங்களையும், உள்ளடக்கிய மூவர், தங்களை ஒருவருக்கொருவர் முழுமையான அன்பிலும், ஐக்கியத்திலும் ஒப்புக்கொடுத்திருந்தும், பிணைக்கப்படாதிருக்கின்றனர். இத்தகைய ஜீவனில் நம் சுய சித்தங்களைக்கடந்து எந்திரத்தனமாய் பங்குபெறுவது எப்படி? அன்பு என்பது இருதயம், மனது மற்றும் சித்தம் ஆகியவற்றின் தீர்மானங்களை உள்ளடக்கியதாகும். இந்த அன்பில் நாம் பங்குபெற வேண்டுமானால் நாம் நம்முடைய முழு இருதயம், மனது மற்றும் ஆத்துமாவை உடையவர்களாயிருந்து, நாமாகவே இந்த ஜீவனில் பங்குபெறத் தீர்மானிக்க வேண்டும். ஒரு மந்திரக்கோலை அசைப்பது என்பது தனி நபர்களாகிய நம்மை முற்றிலும் உதாசீனப்படுத்துவதாயும் அழிப்பதாயுமிருக்கும்.

இயேசு நம்முடைய மனதுக்குள் கடந்துவந்து, ஒரு மந்திரக்கோலை அசைத்து நமக்காக தீர்மானங்களை எடுப்பாரானால், திரித்துவ ஜீவனை ருசித்து அனுபவிக்க *நாம்* இருக்கமாட்டோம். இருதயம், மனம், மற்றும் சுய-சித்தமற்ற ஒருவர் எப்படி ஒரு நபராக இருக்கமுடியும்? அப்படி இருந்தால் நாம் மத எந்திரங்களாய் விடப்பட்டிருப்போமேயன்றி வேறில்லை. இதில் *நமக்கான* பிதாவின் திகைப்பூட்டும் கனவும் உயிரற்றதாகிவிடும். நம்மை நம் கற்பனைக் கட்டுக் கதைகளிலேயே கைவிட்டுவிடுவதுப் போன்ற இப்படிப்பட்டதோர் எண்ணம் பிதா, குமாரன் மற்றும் பரிசுத்த ஆவியானவரால் யோசிக்கக் கூடாததாயிருக்கும்போது, நிச்சயமாகவே இது ஒரு பெரிய குழப்பத்தை உண்டாக்குகிறது.

பிதா ஒருபோதும் குமாரனாகவோ, ஆவியாகவோ மாறுவதில்லை, அதேப்போன்று குமாரனும், ஆவியும் ஒருபோதும் ஒருவராக மற்றொருவரும் அல்லது பிதாவாகவோ மாறுவதில்லை. இருப்பினும், பிதா, குமாரன் மற்றும் பரிசுத்த ஆவியானவர் தன்னைத்தான் கொடுப்பதிலும், பரஸ்பரமாய் ஒருவரை ஒருவர் அறிந்துக்கொள்ளுதலிலும் ஒன்றாயிருக்கின்றனர். எனவே, இந்த தேவன் நமது தனித்துவத்தின் நிஜத்தை நமக்கு அருளி, பொக்கிஷத்தைப்போல அதைப் பார்த்து பாதுகாப்பவராயிருக்கிறார். நமது தனித்துவமே, திரித்துவ ஜீவனில் நாம் பங்குபெறுவதற்கான *நம்முடைய* வழியாயிருக்கிறது. ஆனாலும், நாம் நமது தூய தனித்துவத்தில், விழுந்துபோன மனதின் மாயையில் சிக்கிக்கொண்டிருக்கிறோம். திரித்துவ ஜீவனில் பங்கெடுப்பதைத் தேர்ந்தெடுக்க வேண்டிய *நாமோ* வௌவால்களைப் போல் குருடராய் இருந்து, நம் தவறான நம்பிக்கை, பயம், தவறான பிரதிபலிப்பு மற்றும் உணர்வின் சக்கரத்தில் பூட்டப்பட்டுள்ளோம். நம் கற்பனைகளில், நம்மை ஏற்றுக்கொள்ளாத, நம் தவறுகளை அடைகாக்கும் பொய் கடவுளையேப் பார்க்க முடிகிறது. நமக்கு இலவசமாய் பகிரப்பட்ட இந்த திரித்துவ ஜீவனை, நம் பயத்தால் திரிக்கப்பட்ட கண்ணோட்டத்திலிருந்தும், அதன் அச்சுறுத்தும் பாதுகாப்பின்மையிலுமிருந்து நாம் வாழ்ந்துக்கொண்டிருக்கிறோம். பயத்தினால் மூழ்கடிக்கப்பட்ட ஆத்துமாவோடு, "நான் ஏற்றுக்கொள்ளப்படாதவன்'' என்ற மெல்லிய சத்தத்தில் தொலைந்துப் போனவர்களாகவே ஓடிக்கொண்டிருக்கிறோம். நம் வாழ்நாளெல்லாம் நாம் அவ்வாறே பழகிவிட்டபடியால், அது நம்முடைய வழக்கமாகவே மாறிப்போனது.

இயேசுவுக்கு மத எந்திரங்களல்ல, *நபர்கள்* தேவை. நம் முழு இருதயத்தோடும், ஆத்துமாவோடும், மனதோடும், பெலத்தோடும் அவருடைய ஒளியை அரவணைத்துக் கொள்வதினால், *நாம்* மரணத்திலிருந்து ஜீவனையும், நன்மையிலிருந்து தீமையையும், ஒளியிலிருந்து இருளையும், வகை பிரிக்கத்தக்கவர்களாயிருக்க வேண்டும் என்று அவர் விரும்புகிறார். *நாம்* அவருடைய பிதாவின் இருதயத்தைப் பற்றிய அவருடைய அறிவினால் உயிர்ப்பிக்கப்பட்டு, அவருடைய சமாதானம், மற்றும் அவருடைய இயற்கைக்கப்பாற்பட்ட உறுதியால் நிரம்பி வழிந்தோடத்தக்கதாய், நம்மை சிறை பிடித்திருக்கும் காரிருளினின்று விடுதலையாகி, பராமரிக்கவும், மன்னிக்கவும், அன்பு கூறவும், அறியவும், அறியப்படவும் நாம் விடுதலையோடிருக்க வேண்டுமென்று விரும்புகிறார். நாம் மற்றவர்களுக்கு நம்மை முழுமையாகக் கொடுக்கவும், மற்றவர்கள் ஐக்கியத்தினிமித்தம் தங்களையே கொடுக்கும்போது, அவர்களை ஏற்றுக்கொள்ளவும் நாம் விடுதலையோடு இருக்க வேண்டுமென்று விரும்புகிறார். அவர், ஆவியில் தம் பிதாவோடு வைத்துள்ள உறவை, நமது எல்லா உறவுகளிலும், சிருஷ்டிப்புகளிலும், நாம் அனுபவிக்க வேண்டும் என்பதே அவருடைய வாஞ்சை ஆகும்.

ஆனால் நாம் மிகவும் உடைக்கப்பட்டிருக்கிறோம். பிதாவின் இருதயத்தைக் குறித்த இயேசுவின் அறிவை பொய்க் கடவுள்களின் மற்றுமொரு தந்திரம் என்றும், மாபெரும் ஏமாற்றத்தில் நம்மை விட்டுவிடும் என்றும் எண்ணாமல், எப்படி நம்புவது? நாம் முற்றத்திற்கு அப்பால் உள்ள உணவை உற்றுப்பார்த்துக் கொண்டிருக்கும் ஒரு துன்புறுத்தப்பட்ட நாயைப் போன்றிருக்கிறோமல்லவா?[9] இந்த துன்புறுத்தலின் முற்றத்தைக் கடந்து, "நான் _____ அல்ல'' என்பதையும் "பொய்க் கடவுளையும்" விட்டு

9 ஒரு துன்புறுத்தப்பட்ட நாய்க்குட்டி தன் புதிய ஏற்றுக்கொள்ளுதலை அங்கிகரிக்க போராடும் இந்த கற்பனை **Dr.**புரூஸ் வாச்சாப் அவர்களின் "சுவிசேஷமும் மனநலமும்" என்ற சொற்பொழிவில் வருகிறது. இந்த சொற்பொழிவு **www. perichoresis.org**-ல் உள்ளது.

வெளியேறி "நீ என்னுடையவன்'' என்ற இயேசுவுடைய பிதாவின் உலகத்தினுள் வரத்தக்கத் தைரியத்தை வளர்த்துக் கொள்வது எப்படி? நாம் பரிதாபமாகவும், தனிமையிலும், சோகத்திலும் இருக்கலாம்; நாம் ஒளித்துக்கொண்டும் உடைந்துபோயும் இருக்கலாம். நம்முடைய பரிதாப நிலையானது, பிதாவின் இருதயத்தைப் பற்றிய இயேசுவின் அறிவால் தீவிரமாய் கொதித்துக் கொண்டிருக்கலாம். ஆனால், நம் விழுந்துபோன மனம் என்பதுப் பழைய காலணிகளைப் போல் அதில் நேர்த்தியாக பொருந்திக்கொள்ளும். நாம் அறிந்தப் பாதுகாப்பான இடம் நமது புராணக் கட்டுக்கதைகளே. அப்படியிருக்கும்பொழுது, நாம் நேசிக்கப்படுகிறோம் என்ற புரளிகளை எப்படி நம்புவது? இந்த சமாதானத்தை நம்ப தைரியம் கொள்வதெப்படி? *மன்னிப்பா? இது எப்படி எனக்கு சாத்தியமாகும்?* நம் கற்பனைக் கடவுள் நம் ஒவ்வொரு அசைவையும் ஏற்றுக்கொள்ளாத இருதயத்துடன் கவனமாய் கண்காணித்து, நம்மை நிராகரிக்க ஆவலாய் காத்திருக்கும்பொழுது, "எழும்பு, என் பிரியமே, என் அன்பைப் பெற்றுக்கொண்டு வாழ்ந்திடு'' என்பதை நம்மால் எப்படி நம்ப முடியும்? இதுவே நம் வாழ்வின் நெருக்கடி. நாம் இயேசு கிறிஸ்துவின் பிரசன்னத்தோடு வாழ வேண்டும்.

திறந்த வீட்டுவாசலில் நின்றிருக்கும் ஒரு வீட்டுப் பூனையைப் போன்று, நாம் கிறிஸ்துவில் ஓர் அறிமுகமில்லா உலகத்தை சந்திக்கிறோம். இது முழுவதும் வாக்குத்தத்தங்களால் நிறைந்ததாயிருந்தும், நமக்கு *அறியப்படாததாயும்*, இதன் நன்மைகள் புரிந்துக்கொள்ளமுடியாததாயும் உள்ளது. இது ஒரு மாயையாகக்கூட தோன்றலாம். கதவுக்குள்ளேயே இருந்து பார்ப்பது நல்லது. ஏனென்றால், *நமக்கு தெரியாத பிசாசைவிட தெரிந்த பிசாசே மேல். ஒருவேளை நான் இயேசுவின் முன் நேர்மையாய் இருந்து, எனக்கான பொறுப்பை நானே எடுத்துக்கொள்ளாமல் இருக்கலாம். ஒருவேளை எல்லாம் சரியாகவே உள்ளதுப் போல பாசாங்கு செய்துகொள்ளலாம். ஒருவேளை இயேசு என்னை முற்றிலுமாகத் துடைத்தெறிந்து அனைத்தையும் எடுத்துவிடலாம்.* ஆனால், இயேசு ஒரு "அமைதியான'' தருணத்தைத் தருவதில்லை. அவர் நம்மை துடைத்தெறிந்து நம் வலியை நீக்குவதுமில்லை. அதேசமயம், நம்மை நம் கற்பனை புராணங்களில் கைவிட்டு விடுவதுமில்லை.

இயேசு மனித அதிர்ச்சியுடன் தொடர்பற்ற ஒரு உயர்ந்தக் கோபுரமா? அவர் பேசுவதைக் கேட்பது என்பது நமக்கு எவ்வளவு முக்கியம் என்பது அவருக்குத் தெரியாதா? அவரைப் பார்ப்பதும், அந்த மெல்லிய சத்தத்தைக் கேட்கும்போதே அவரை சந்திப்பதும் எவ்வளவு பயமுறுத்தக்கூடியது என்பது அவருக்கு தெரியாதா? "நான் ஏற்றுக்கொள்ளப்படாதவன்'' என்பதையும் நம் கற்பனைக் கடவுளின் உறவையும் மட்டுமே நாம் அறிந்திருக்கும்பொழுது, இன்னும் பெரியதும், ஆழமான மற்றும் அழகான ஒன்றோடு நாம் சேர்ந்தவர்கள் என்பதை ஒப்புக்கொண்ட நம்முடைய வெளிப்படையான வலியை அவர் கவனிக்கவில்லையா? இயேசுவுக்கு அதன் வலி தெரியாதா?

நிச்சயமாக அவருக்குத் தெரியும். அது தெரிந்தபடியால்தான் இயேசு நம்மிடம் பொறுமையாய் இருக்கிறார். இதனால்தான், அவர் நம் வாழ்வில் அனைத்தையும் உடைத்துக்கொண்டு, ஒரு மதம் பிடித்த யானையைப் போன்று நம் வாழ்வினுள் நுழைவதில்லை. இதற்காகவே அவர் நம்மை சிறிது நேரம் தானியங்கி வாகனத்தில் பயணிக்க அனுமதித்தார் அல்லவா? நம்முடைய நிராகரிப்பை அவர் வெறுக்கிறார். காரணம், அவர் நம்மோடு பகிர்ந்துகொள்ளும் அழகிய ஜீவனைப்பற்றி அவர் அறிந்துள்ளார். இருப்பினும், தமது அன்பினிமித்தம், நாமிருக்கும் புராண கட்டுக்கதை உலகில் நம்மை மதிக்கிறார். அது மட்டுமின்றி, நாமிருக்கும் குழப்ப நிலையிலும், மதக் குழப்பதிலும், தமது பூரண அறிவுடன், இயேசு நம்மைச் சந்திக்கிறார். நம் திரிக்கப்பட்ட

பார்வையில் நாம் எப்படி உணருகிறோம் என்பது அவருக்குத் தெரியும். நாம் எதைப் பார்க்கிறோம் என்பதும் எதைப் பார்க்கவில்லை என்பதும் அவருக்குத் தெரியும். "நான் முக்கியத்துவமற்றவன்'' என்ற சத்தத்தை நாம் எவ்வளவாய் அணைத்துக் கொண்டுள்ளோம் என்பது அவருக்குத் தெரியும், அதோடு நாம் நம் கற்பனைக் கடவுளை எவ்வளவு தீவிரமாய் நம்புகிறோம் என்பதும் அவருக்குத் தெரியும். நாம் இருக்கும் விதமாகவே அவர் நம்மை ஏற்றுக்கொள்கிறார். நாம் செய்வதைச் செய்து, இந்த பிரபஞ்சத்தில் நம்முடைய கனியை கண்டடையவும், நம் தத்துவங்களை வாழ்ந்து பார்க்கவும், நம் சுய மீட்பின் திட்டங்களையும் செயல்படுத்தவும், பாசாங்குச் செய்யவும், நமக்கு நாமே தீர்வைத் தேடிக்கொள்ளவும், ஏன் வேறொரு மீட்பரை தெரிந்துக்கொள்ளவும் கூட வேண்டிய இடத்தையும், நேரத்தையும், சுதந்திரத்தையும் அவர் நமக்கு கொடுக்கிறார்.

இயேசுவின் அன்பும் அவருடைய நன்மைகளைப் போன்று முடிவில்லாதது, அது மெய்யானதைப் போன்றே நிலையானதும் கூட. அவருடைய அன்பு நம்மை ஆழமான நெருக்கடியில் வீசுகிறது. பயத்தினால் நிறைந்து, நடுநடுங்கி தன்னை புதர்களுக்குள்ளே ஒளித்துக்கொண்ட ஆதாமுக்கும், தம்முடைய பிதாவை அறிந்திருந்த குமாரனுக்கும் இடையில் சாத்தியப்படாத ஐக்கியம், இன்று *நமக்குள்* இருக்கிறது. "எழும்பு, என் பிரியமே'' என்பதும் "நான் ஏற்றுக்கொள்ளப்படாதவன்'' என்பதும் நம் ஆத்துமாவுக்குள் மாறி மாறி சுழன்றுக் கொண்டேயிருக்கிறது. ஒன்று மிகவும் நல்ல சத்தியம் மற்றொன்று தாங்கமுடியாதது. நாம் இதற்கு பதிலளிக்கும் பொறுப்பில் இருக்கிறோம். இந்த நல்ல மேய்ப்பர் நம்மை ஏற்றுக்கொண்டு நம்மோடு நடக்க உண்மையுள்ளவராயிருக்கிறார். பொய்யையும் அதன் கடவுளையும் நாம் தேர்ந்தெடுத்து, அவரை வெறுக்கும் ஆபத்தான ஓட்டத்தில் நாம் இருக்கும்பொழுது, அவர் தம்மை நமக்கு வெளிப்படுத்தி, நம்மை விடுதலையாக்கும் நெருக்கடியை உருவாக்க உண்மையுள்ளவராயிருக்கிறார்.

அதிகாரம் 14

தீர்மானம்

நாம் திரித்துவ ஜீவனை சார்ந்தவர்களாய் இருக்கிறோம். எப்பொழுதும் அப்படியே இருந்தோம், இனியும் அப்படியே இருப்போம். நாம் திரித்துவ ஜீவனோடு எப்போதும் ஜீவனோடிருக்கிறோம். ஆனாலும், நம் தனித்துவமான உள்ளங்கள், இருதயங்கள் மற்றும் சித்தங்களில் இதனை பெற்றிராதபடியால், அறியாமையால் நம் கற்பனைக் கதைகளை அதன் மேல் போட்டு வாழ்வை விஷமேற்றுகிறோம். ஆனால் இயேசு கிறிஸ்து நம்மை கண்டுபிடிக்க எப்போதும் உண்மையுள்ளவராயிருப்பதால் அவர் நமது விழுந்துபோன மனதில், நிற்கத்தக்கதான ஓர் ஒப்புரவாக்குதலின் தளத்தை கண்டுபிடித்து, தம்மை நம்மோடு பகிர்ந்து கொள்கிறார். அவரே மெய்யான மற்றும் உண்மையுள்ள சாட்சி. அவர் நம்முடைய தனிநபரின் எல்லைகளைத் தாண்டாமல், நம் விழுந்துபோன மனதின் மாபெரும் கொடூரமான பள்ளத்தைத் தாண்டுகிறார்.

இயேசு கிறிஸ்து தம்மை நம்மோடு பகிர்ந்துகொள்ளும் அவருடைய உண்மைத்துவமல்லாமல், நம் அந்நிய கண்ணோட்டத்தை ஆவியின் அறிவோடு ஊடுருவும் அவரது தீர்க்கதரிசன ஆற்றல் இல்லாவிடில், நாம் நம்முடைய காரிருளை தழுவி அதன் பேரழிவில் வாழ்வதைத் தவிர வேறு வழியில்லை. சுய சித்தத்தைப் பற்றிய நமது அனைத்து தத்துவார்த்த பேச்சுகளும் அர்த்தமற்றதாயிருக்கும். நாம் தன்னந்தனியே விடப்படுவோமானால், நம் விழுந்துபோன உள்ளம் எதை புரிந்துகொள்கிறதோ அதை மட்டுமே தேர்ந்தெடுக்க விடுதலையுள்ளவர்களாயிருப்போம். காரியம் இவ்வாறு இருக்குமென்றால், நாம் நமது காரிருளில் சிக்கிக்கொண்டவர்களாய், நம் கவலை, தவறான தலையீடுகள், தவறான சிந்தனை மற்றும் தவறான புரிதலின் மூலம், நமக்கு இலவசமாய் பகிரப்பட்ட திரித்துவ ஜீவனை வாழ வேண்டிய கட்டாயத்தில் இருந்திருப்போம். ஆனால்,நாம் தோந்தெடுக்க வேறு வழியும் உண்டு. பிதாவை அறிந்த இயேசு கிறிஸ்துவும், நம் காரிருளில் இருப்பவரும், நம் அனைவரோடும் தமது பிதாவின் இருதயத்தை பற்றிய அறிவை பகிர்ந்து கொள்பவருமே நமக்குக் கொடுக்கப்பட்டுள்ளபடியால், ஒரு புதிய உலகம் நமக்கு முன் நிற்கிறது.

மெய்யாகவே, இயேசு கிறிஸ்துவின் உண்மை தன்மை என்னவென்றால், நமக்கு ஒரு வழியுண்டு என்பது மட்டுமல்ல, இதை செய்வதைத் தவிற வேறு வழியில்லை என்பதும் தான். நாம் தேர்ந்தெடுத்தே ஆக வேண்டும். இயேசு கிறிஸ்து தமது மனதை நம்முடன் பகிர்ந்து கொள்கிறார் என்றால் நாம் என்ன விசுவாசிக்கப் போகிறோம் என்பதை நாம்தான் தீர்மானிக்க வேண்டுமென்று அர்த்தம். நாம் எந்த உலகை தெரிந்துகொள்வோம் - நம்முடையதையா அல்லது அவருடையதையா? நம் தனித்தன்மையை பாதுகாத்து, நம்மை உட்படுத்திக் கொள்ளுதலின் நிஜத்தில் எப்பொழுதும் உண்மையாயிருந்து, என்

ஒளியா அல்லது உன் இருளா, நான் பார்க்கும் விதமா அல்லது உன்னுடையதா, என் பரலோகமா அல்லது உன் நரகமா? என்ற சிக்கலை இயேசுவின் பிரசன்னம் தூண்டுகிறது.

மெய்யான நம்பிக்கையும், ஏக்கமும், வேதனையும், இயேசுவின் பிரசன்னமும் கலந்த இந்த கொள்கலனில்தான், நம் இரட்சிப்பின் கட்டளை நமக்குள் செயல்படுகிறது. பிதாவின் இருதயத்தைப் பற்றிய அறிவு நம் தவறான புரிதலை குத்தும்போது, நாம் சாலையின் முச்சந்தியில் நிற்கிறோம். இப்படியிருக்க நாம் எதை நம்புவோம்? தேவனைப் பற்றி எதை நம்புவோம்? *பிதாவைப் பற்றிய இந்த செய்தி உண்மையானதா அல்லது எனக்கு தெரிந்த என் கற்பனையின் கடவுள் தான் நிஜமா? நான் யார்? எனக்கு இரண்டு பதிப்புகள் உண்டு- ஒன்று, கிறிஸ்துவின் வெளிச்சத்திலிருந்து என்னைப் பார்க்கும் நான். இரண்டாவது, எப்போதும் என்னைப் பற்றி அறிந்த நான். இதில் எது உண்மையான நான்? நான் அந்த படுகுழியின் விளிம்பில் நிற்கிறேனா? நான் கைவிடப்பட்டுள்ளேனா? வாழ்க்கை ஒரு கனவா? அல்லது நான் ஏற்கனவே இந்த திரித்துவ தேவனின் உறவில் இருப்பதால், நான் விடுதலையோடு இந்த சத்தியத்தை அரவணைத்துக் கொண்டு, அதன் சந்தோஷத்தில் வாழ கட்டளை பெற்றுள்ளேனா?*

நம் விழுந்துபோன பிரசன்னத்திலிருக்கும் இயேசு கிறிஸ்துவின் பிரசன்னம், ஒரு நிலையான கட்டளையாயிருக்கிறது. அது நமது மறுதலிப்பு மற்றும் சுயமாய் உருவாக்கப்பட்ட நம் மதங்களிலிருந்தும், நம் பொய்யான மீட்பர்களிடமிருந்தும், நம் இரவின் கொடுங்கனவிலிருந்தும், வெளியேறி, பிதாவின் அன்பை பெற்றுக்கொள்ள அழைப்பு விடுக்கிறது. இயேசுவுடைய பிதாவின் இருதயத்தைப் பற்றிய அறிவை வைத்து நீங்கள் என்ன செய்யப் போகிறீர்கள்? இதை நிராகரிப்பதென்பது, இப்பொழுது நீங்கள் அறிந்திருக்கும் வெறுமையான, சோகமான மற்றும் உடைந்த உலகத்தை தழுவிக்கொள்ளுவதாகும். ஏற்றுக்கொள்வீர்களானால், உங்களுக்கும், நீங்கள் எதை நம்புகின்றீர்களோ அதற்கும் பொறுப்பேற்றுக்கொண்டு, பயமுறுத்தும் பிசாசை நேருக்கு நேர் சந்தித்து, உங்கள் வலியில் சத்தியத்தை நம்ப கற்றுக்கொள்ள வேண்டும்.

அதிகாரம் 15

வலியை எதிர்கொள்ளுதல்[10]

நமக்கு வேறு வழியில்லை. நாம் முன்னேறித்தான் ஆக வேண்டும்; நாம் நெருக்கடியைத் தழுவிக்கொண்டு நமக்காக இயேசுவை விசுவாசிக்க வேண்டும். நம்முடைய பழைய அடிமைத்தனத்திலிருக்கும் சுயம் அழிக்கப்பட வேண்டும். அதற்கு இயேசு ஒரு மந்திரக்கோலை அசைக்க மாட்டார். நாமே நமது காரிருளை சந்தித்து, நம் பயத்திலிருந்து அடி எடுத்து வைத்து, இயேசு கிறிஸ்துவின் புதிய உலகினுள் நுழைய வேண்டும். அவர் நம்மை கட்டாயப்படுத்தி தள்ளுவதுமில்லை, அதே சமயம் அவர் நம்மை விட்டு விலகுவதுமில்லை. நமது அச்சமிகு கற்பனைக் கட்டுக்கதையில், பிதாவின் தயாள அன்பைப் பற்றிய அறிவோடு இயேசு நம்மை எதிர்கொள்கிறார். நாம் அவரையும், வலியை தூண்டும் அவருடைய ஒளியையும் விட்டு தூர ஓடினாலும், அவர் நம்மை கண்டுபிடிக்கிறார். மாயக்கடலின் புயல்கள், நம் சகோதரனிடமிருந்து நம்மை மறைக்க வாய்ப்பே இல்லை. அவர் நம்மை தேடி வருகிறார். அவர் பேசுகிறார். நாம் நமக்கும், இப்பொழுது நாம் எதை விசுவாசிக்கிறோம் என்பதற்கும் பொறுப்பாளர்களாய் பரிசுத்தமாகுதலுக்கும் ஜீவனுக்கும் அழைக்கப்பட்டவர்களாய் அவர் முன் நிற்கிறோம். நாம் எந்த உலகில் வாழ்வோம்?

இயேசு நம் தவறான புரிதலின் பள்ளத்தை தாண்டி, நம் குருட்டாட்டத்தின் திரையைக் கிழித்து, பிதாவின் இருதயத்தைப் பற்றிய தமது அறிவை நம்மோடு பகிர்ந்துகொள்கிறார். நம் அசம்பாவிதங்களையும், நாம் அனுபவித்த துஷ்பிரயோகங்களையும் அவர் அறிந்திருக்கிறார். நாம் சகித்த வேதனைகளையும், துக்கங்களையும், மனவலிகளையும், சாபம் மற்றும் நம் வாழ்வின் துன்பங்களையும் அவர் அறிந்தவராயிருக்கிறார். நம் குடும்ப முறைமைகளைப் பற்றியும் அது நம் தாயின் கருவிலிருந்து நம்மை எவ்வாறு உருவாக்கியுள்ளது என்பதையும் பற்றி அவர் விழிப்புடன் இருக்கிறார். நம் சரீரப்பிரகாரமான தகப்பனின் நிராகரிப்பையும், அதனால் நாம் அடைந்த மனச்சோர்வுகளையும், அதை தீமையானவன் எவ்வாறு சிதைத்தான் என்பதையும் அவர் பார்க்கிறார். அவர் நம் தாயின் ஈடுபாடின்மையையும், நம் குடும்பத்தின் அறிந்திரா காரிருள் போன்ற பழக்கவழக்கங்களையும் குறித்து அறியாமையில் நாம் இருந்தாலும், அதில் ஈடுபட்டிருக்கும் பகுதியை பார்க்கிறார். நாம் மற்றவர்களுக்கு பொறுப்பாளர்களாயிருக்கும்படி எப்படி உண்டாக்கப்பட்டுள்ளோம் என்பதையும் அவர்

10 வலியை சந்தித்தல் என்ற இந்த கலந்துரையாடல் பல வருடங்களாய் ஸ்டீவ் ஹார்ன் மற்றும் வியாழன் காலை போதகர்ள் குழு மற்றும் மீட்கும் நண்பர்கள், **Dr.** புரூஸ் வாச்சாப், மற்றும் என் சொந்த வாழ்வு மற்றும் போராட்டங்களிலிருந்து வந்தவை.

பார்க்கிறார். நம்முடைய வெட்கம் அவருக்குத் தெரியும். நம் விழுந்துபோன மனதில் நாம் எங்கிருக்கிறோம் என்பது அவருக்குத் தெரியும்.

இயேசு, தமது பிதாவின் அன்பை பற்றிய அறிவோடு நமது கற்பனை புராண உலகத்தினுள் புகுந்திருக்கிறார். அவர் முற்றிலும் மனதுருக்கம் நிறைந்தவராயும், விலகாதவராயும் இருக்கிறார். நாம் விரும்புகிறோமோ இல்லையோ, அவருடைய பிரசன்னம் நாம் என்ன நம்புகிறோம், உணர்கிறோம், என்ன சிந்திக்கிறோம் மற்றும் செய்கிறோம் என்பதற்கு பொறுப்பாளர்களாயிருக்க நம்மை அழைக்கிறது. இனி குற்றம் சாட்டுதலில்லை. நமது சோகம், காயங்கள், மற்றும் நம் முறிவுகளினுள் அவர் தமது ஒளியுடன் ஊடுருவியுள்ளார். விழுந்துபோன மனதின் பிரபஞ்சத்தினுள்ளும், மனித காயங்களுக்குள்ளும் அவர் கடந்து வந்து தமது பிதாவின் இருதயத்தை கண்டறியாத இடம் ஒன்றும் இல்லை. மனிதனுக்குள் அவர் தம் பிதாவின் கரங்களில் அறிந்ததை பகிரத் தவறிய இடமும் ஒன்றுமில்லை.

“இப்பொழுது நான் அறிய விரும்புவதெல்லாம், நீ எதை விசுவாசிக்கிறாய் என்பதே. நீ உயிரோடிருப்பதன் அர்த்தம் என்ன. இந்த அக்கினியில் நீ என்னோடு நிற்பாயா? மற்றுமொரு வாழ்வுக்கு நீ ஆயத்தமாயிருக்கிறாயா?”[11] இந்த வார்த்தைகள், தமது எல்லையில்லா மென்மையுடன் பேசும் காலத்திற்கேற்ற தீர்க்கதரிசியும், உண்மையுள்ள மற்றும் மெய் சாட்சியாயிருக்கும் சகோதரனின் கேள்வியை எதிரொலிப்பவையாகும்: “என்ன தேடுகிறீர்கள்?” (1 யோவான் 1:38).

உனக்கு ஜீவன் வேண்டுமா? உன் காரிருளை சந்திக்க நீ ஆயத்தமா? நான் சத்தியத்தை உன்னோடு பகிர்ந்துகொள்வேன். ஆனால், நீ என்னோடு நின்று, என்னோடு நடக்க வேண்டும். உன் காரிருளை அழிப்பது எப்படி என்பதை நான் உனக்குக் கற்றுத்தருவேன். ஆனால், நீ அதை சந்திக்க வேண்டும். உன் காயங்களின் பாதங்களை கழுவ என் பிதாவின் சுகமாக்கும் அன்பை எடுத்துக் கொண்டு வருகிறேன், ஆனால் நீ என்னை அனுமதிக்க வேண்டும்.

நாம் நித்தியமாய் பிதாவினால் அன்பு கூறப்பட்டு ஏற்றுக்கொள்ளப்பட்டவர்களாய் இருக்கிறோம். அவருடைய குமாரன் மூலமாய் பரிசுத்த ஆவியின் வல்லமையால் நமக்கு அறிவிக்கப்பட்டிருக்கிறது. இப்பொழுது நாம் “எழும்பு, என் பிரியமே, என் அன்பை பெற்றுக்கொண்டு வாழ்ந்திடு” என்ற கட்டளையைப் பெற்றவர்களாயிருக்கிறோம். ஆனால், பிதாவின் அன்பைப் பெறவும், அறியவும், அதன் சந்தோஷத்தை அனுபவிப்பதை விசுவாசிக்க தடையாய் இருப்பவைகளை நாம்தான் சந்திக்க வேண்டும். நாம் மனந்திரும்பி விசுவாசிக்க வேண்டும், நம் விழுந்துபோன மனங்கள் அழிக்கப்பட்டு, சத்தியத்தால் உயிர்த்தெழ வேண்டும். இதைத்தவிர வேறு வழியில்லை. நம் நரகத்தை சந்திக்காமல் பரலோகத்தை விரும்புவதில் பயனில்லை, நம் வலியை அறிக்கை செய்யாமல் அதற்கான நிவாரணத்தைத் தேடுவதில் பயனில்லை.

பரலோகத்திற்கும், சுகத்திற்கும், பிதாவின் அன்பை அனுபவிப்பதற்குமான வழி, நேரடியாக அந்த மிருகத்தினிடத்திற்கே நம்மை நடத்துகிறது. நாம் பொய்யையும், பொய்யனையும், நம் கற்பனையின் கொடூரக் கடவுளையும் சந்தித்தே ஆக வேண்டும். நாம், நமக்கும் மற்றவர்களுக்கும் நம் காரிருளில் என்ன செய்தோம் என்பதை சந்தித்தே ஆக வேண்டும். நமது வலி, நிராகரிப்புக்கு நம்மை விட்டுக்கொடுத்தது, தீய பழக்கங்களின் அடிமைத்தனங்கள், நம் இல்லாமை மற்றும் நம்மை காப்பாற்ற நாம் எடுத்த எண்ணற்ற

11 டான் ஹென்லி, ஸ்காட் ய். கார்கோ மற்றும் திமோத்தி ட்ரூரி, அவர்கள் எழுதிய, “எவ்ரிதிங் இஸ் டி‌ஃப்பெரண்ட் நவ்” என்ற பாடலிலிருந்து எடுக்கப்பட்டது. டான் ஹென்லி: இன்ஸைட் ஜாப் (வார்ணர் பிரதர்ஸ், ரெக்கார்ட்ஸ் **Inc.**, 2000)

முயற்சிகள் ஆகியவற்றை நாம் ஒத்துக்கொள்ள வேண்டும். பிதாவின் குமாரனாகிய நமது சகோதரன் இங்குதான், நம் முறிவுகளின் படுகுழியில் நம்மை சந்திக்கிறார். நம் பயத்தில் அவருடைய சந்தோஷம் காத்திருக்கிறது. அவர் நம்மை பயமுறுத்தும் தேவன் இல்லை. **Dr.** புரூஸ் வாச்சாப் அவர்களின் இந்த கவிதையை கவனமாய் வாசியுங்கள்.

முத்து

வெளிப்படும் வலி என் உணர்வுநிலையை ஆட்கொண்டது
கொடுமை நிறைந்த, தடம் புரண்டு
இருண்டதோர் ஆற்றின்
பயம் என்னை தூக்கிச் சென்றது
நான் என் நிலையை இழந்தேன்
ஸ்திரமான நிலை இல்லை

என் ஆழத்திலிருந்து நான் கத்துகிறேன்
"அவர் அறிந்ததை எனக்கு பகிருங்கள்; என்னால் அறியமுடியவில்லை
என்னால் உணரமுடியாததை எனக்கு தாருங்கள்
அவருக்கு உம் முகமும், உம் அரவணைப்பும் தெரியும்; அவர்
அறிந்திருக்கிறார்"

எதுவும் செய்யாமல் ஆற்றில் அமர்ந்து, ஆழத்தை உற்று நோக்கி சந்திக்கிறேன்
நான் கீழே அமர்ந்து, இன்னும் கீழே செல்கிறேன்
முற்றிலும் இருண்ட எல்லையற்ற
ஓர் தெளிவற்ற பள்ளம் என்னை நோக்கி வாய் பிளக்கிறது

இறுதியாக அது வெண்மையாகவும்,
பளபளப்பாகவும் காட்சியளிக்கிறது
அந்த பொருள் கிழிந்து வழிகொடுக்கிறது
உடைந்த கருப்பு விளிம்புகள் அதை தடுக்க முடியவில்லை
வெளிப்படும் வாழ்வோ
ஒரு முத்து

என்னில் அவரும் அவரில் நானும்
கிறிஸ்து என்னிலும் நான் கிறிஸ்துவிலும்
ஒரு முத்து
நடைபாதை தெருக்களுக்கான அந்த கதவு, ஒரு மாபெரும் விலை

முடிவில்லா குழியே என் கால்கள்
நிற்கலாயிற்று
அது கிழிந்தது, வாழ்வு வெளிப்படுகிறது
நான் பின் திரும்பேன்
- புரூஸ் வாச்சாப், 2006

சிந்தனைக்கான கேள்விகள்

1. பிதாவின் அன்பு ஏன் வலியை ஏற்படுத்துகிறது?

2. உங்கள் சொந்த காரிருளை வெளிப்படுத்தாமல் இயேசு தம்மை உங்களோடு பகிர முடியும் என்று நீங்கள் நினைக்கிறீர்களா?

3. இந்த வாக்கியத்தை சிந்தியுங்கள்: "இயேசு, ஒரு மாபெரும் இறையியல் ஒப்பந்தத்தோடு நம்மிடையே வரவில்லை. அவர் நம் மூளையை துளையிடும் கருவியோடும், துள்ளியமான அறிவை நமது தலையில் ஊற்றத்தக்க ஒரு புனலுடனும் வரவில்லை. அவர் சாதாரணமாகவும், ஆளுகையோடும் நம் காரிருளினுள் பிரவேசித்தார், அவருடைய பிரசன்னம் தவிர்க்க முடியாத வலியை ஏற்படுத்துகிறது".

4. இயேவின் பிரசன்னத்தால் உண்டாகும் வலியை விட்டு நீங்கள் ஓடும் வழிகளை பட்டியலிடவும்.

5. உங்கள் ஆவிக்குரிய வலி உணருவதற்கு எப்படிபட்டது? அதை தவிர்க்க நீங்கள் செய்வது என்ன? நீங்கள் தவிர்க்கும் விதம் உங்களை நேசிப்பவர்களுக்கு சொல்வது என்ன?

6. உங்கள பிரதானமான *"நான் _______ அல்ல"* என்பது எது? நீங்கள் அதை எப்படி நம்பத்துவங்கினீர்கள்? அது முதன்முதலில் உங்கள் மனதில் தோன்றியது எப்போது என்பது உங்களுக்கு ஞாபகம் இருக்கிறதா?

7. ஏன் இயேசு ஒரு மந்திரக்கோலை அசைத்து உங்கள் வாழ்வை பூரணமாக்கவில்லை?

8. மற்றவர்கள் உங்களைப் பார்க்க வேண்டுமென்று நீங்கள் விரும்பும் விதத்திற்கும், அவர்கள் உங்களை மெய்யாய் பார்க்கும் விதத்திற்கும் ஏதேனும் வித்தியாசம் உண்டா?

9. எங்கிருக்கும்பொழுது அதிகம் நீங்கள் உங்கள் வீட்டில் இருப்பதாகவே உணர்கிறீர்கள்? ஏன்?

10. *"நான் ஏற்றுக்கொள்ளப்படாதவன்"* என்பதும் *"எழும்பு, என் பிரியமே, என் அன்பை பெற்றுக்கொண்டு வாழ்ந்திடு"* என்ற வார்த்தைகளை எந்தெந்த சூழ்நிலைகளில், இடங்களில் அல்லது வழிகளில் உங்களுக்குள் போராடுவதை உணர்கிறீர்கள்?

11. பரலோகத்திற்கு சென்ற பின் இயேசுவை நேசிப்பது போலவே, பிதா உங்களையும் நேசிக்கிறார் என்பதை கண்டுபிடிக்கும்பொழுது நீங்கள் எதை நினைத்து வருத்தப்படுவீர்கள்?

பகுதி 4

என்னிடத்தில் வாருங்கள்

அதிகாரம் 16

நீங்கள் பிதாவுக்குரியவர்கள்

“குமாரனை அன்றி ஒருவனும் பிதாவை அறியான்'' என்ற இயேசுவின் பிரகடணத்தின் அடிச்சுவடுகளைப் பின்பற்றும் பொழுது, இந்த பிரபலமான கட்டளைப் பிறக்கிறது.

> வருத்தப்பட்டுப் பாரஞ்சுமக்கிறவர்களே! நீங்கள் எல்லாரும் என்னிடத்தில் வாருங்கள், நான் உங்களுக்கு இளைப்பாறுதல் தருவேன். நான் சாந்தமும் மனத்தாழ்மையுமாய் இருக்கிறேன், என் நுகத்தை உங்கள் மேல் ஏற்றுக்கொண்டு, என்னிடத்தில் கற்றுக்கொள்ளுங்கள், அப்பொழுது, உங்கள் ஆத்துமாக்களுக்கு இளைப்பாறுதல் கிடைக்கும். என் நுகம் மெதுவாயும், என் சுமை இலகுவாயும் இருக்கிறது என்றார். (மத்தேயு 11:28-30).

நம் சகோதரனும், பிதாவின் குமாரனுமாயிருக்கிறவர் நம் விழுந்துப்போன மனதினுள் பேசும் வார்த்தைகள் இவைகளே. “என்னிடத்தில் வா'' என்ற இந்த வார்த்தையையும் தீமையானவன் திரித்து, “நான் _______ அல்ல” என்பதற்கு ஆதாரமாக ஏற்படுத்துவதற்கு அனுமதிக்காதீர்கள். நிச்சயமாக, “என்னிடத்தில் வா” என்ற வார்த்தை நீங்கள் தொலைந்துபோயிருக்கிறீர்கள் என்பதையேக் குறிக்கும். நீங்கள் ஏற்கனவே அவருடன் இருப்பீர்களென்றால், மீண்டும் நீங்கள் அவரிடம் வருமாறு அவர் ஏன் கட்டளைக் கொடுக்க வேண்டும்? சத்தியம் என்னவெனில், நீங்கள் அவருடனயே *இருக்கிறீர்கள்.* நீங்கள் பிதாவிடமிருந்தும், இயேசுவிடமிருந்தும் உங்கள் மனதில் மட்டுமே பிரிந்துள்ளீர்கள், உங்கள் தவறான புரிதலில்தான் நீங்கள் பிரிந்துள்ளீர்கள். நீங்கள் உங்கள் காரிருளில் மட்டுமே தொலைந்துள்ளீர்கள்[12]. இயேசுவைப் பொறுத்தவரையில், நீங்கள் தொலைந்துபோனவர்கள் அல்ல. அவர் உங்களை உங்களுடைய புராணக் கட்டுக்கதை உலகில் கண்டுபிடித்து, அதை விட்டு நீங்கள் வெளியேறி அவரது ஒளியின் சந்தோஷம் மற்றும் சுதந்திரத்தில் வாழ உங்களுக்கு அழைப்புக் கொடுக்கிறார்.

இயேசு நீங்கள் காரிருளை வெறுத்து அவருடைய வெளிச்சத்தைப் பெற்றுக்கொள்ள கட்டளைக் கொடுக்கிறார். “நீ என்னுடையவன்! இப்பொழுது எழும்பு, காரிருளைக் கைவிட்டு, பிதாவைப் பற்றிய என்னுடைய அறிவைப் பெற்றுக் கொண்டு வாழ்ந்திடு''

---

12 கிறிஸ்துவில் நம் அடையாளம் மற்றும் நம் மனதின் தொலைந்துப்போன நிலையைப் பற்றி மேலும் அறிந்துகொள்ள, சி.பாக்ஸ்டர் க்ரூகர் அவர்களின், இரகசியம். என்ற புத்தகத்தைப் பாருங்கள். இந்த புத்தகம் ஆங்கிலத்தில் **www. perichoresis.org** ல் இலவசமாக உள்ளது.

என்ற இந்த கட்டளைப் பிதாவிற்கு சொந்தமானவர்கள் என்பதின் கட்டளையாகும். தீமையானவனின் யுக்தியேப் பிதாவைப் பற்றிய உங்கள் பார்வையைச் சிதைப்பதுதான். என்னுடைய நண்பர் டேவிட் உப்ஷாவ் அவர்கள் சொல்வதைப் போன்று, பிசாசு நேர்மையானவன் அல்ல, எனவே நேர்மையான முறையில் அவன் செயல்படுவதில்லை. பிதாவைப்பற்றி நீங்கள் கொண்டுள்ள எந்த நல்ல கருத்தையும் அழிப்பதன் மூலம், உங்களை ஏற்றுக்கொள்ளாத உங்கள் சொந்தக் கற்பனையின் கடவுளுக்குப் பின் ஒளிந்துக்கொள்ளும்படி உங்களை விட்டுவிடுவதே அவனது இலக்காகும். தனக்குத்தானே எவ்வித அதிகாரமுமில்லாத இந்தத் தீமையானவன், இயேசுவின் ஒளியைத் தவறாகப் பயன்படுத்திக்கொள்கிறான்.

நிச்சயமாகக் கிறிஸ்துவின் ஒளி உங்கள் காரிருளை அம்பலப்படுத்துகிறது. பிதாவின் அன்பின் கரங்களில் உங்களைக் காண்பது, ஒருபுறம் நம்பிக்கையளித்தாலும் மறுபுறம் நீங்கள் வீடற்றவரைப்போல், பரிதாபமான ஒரு பிச்சைக்காரரைப் போல் இருக்கிறீர்கள் என்பதையும் வெளிப்படுத்துகிறது. இதைத்தான் நான் "குடும்பச்சங்கடம்" என்றழைத்தேன். இந்த அம்பலமாக்குதல் உண்மையாக இருப்பதால் இதுக் காயப்படுத்துகிறது. ஆனால், இந்த அம்பலமாக்குதல் *குடும்பத்திற்குள்ளானது* ஆகும். நீங்கள் பிதா, குமாரன் மற்றும் பரிசுத்த ஆவியைச் சேர்ந்தவர்கள். நீங்கள் நித்தியமாய்த் திரித்துவக் குடும்பத்தில் உட்படுத்தப்பட்டுள்ளீர்கள். உங்கள் குருட்டாட்டத்தின் அம்பலமாக்குதலையும், உங்கள் குடும்ப நேர்மையின்மையையும் எடுத்து, நீங்கள் இந்த குடும்பத்தைச் *சார்ந்தவரே* அல்ல என்பதையும் நீங்கள் தேவனிடமிருந்துப் பிரிந்துக் கிடக்கிறீர்கள் என்பதற்கு ஆதாரமாகச் சித்தரிப்பதேத் தீமையானவனின் தந்திரமாகும்.

உங்கள் அடையாளத்தை உங்கள் அனுபவத்தோடு குழப்பிக்கொள்ள வேண்டாம். நீங்கள் குடும்பத்தின் உறுப்பினராயிருந்தும், அதன் சத்தியம் அல்லது சந்தோஷத்தில் வாழாமல் இருக்கலாம். அதனால், நீங்கள் குடும்பத்திலிருந்து நீக்கப்பட்டுவிட்டீர்கள் என்றோ, உறவு துண்டிக்கப்பட்டது என்றோ அல்லது, நிராகரிக்கப்பட்டது என்றோ அர்த்தமல்ல. பிதாவானவர் நிலையற்றவரல்ல. அவர் சிருஷ்டிப்புக்கு முன்பிருந்து பிதாவாகவே இருக்கிறார். உங்களுடனான அவரது உறவு, தம் குமாரன் மற்றும் பரிசுத்த ஆவியானவரின் நல்லுறவிலிருந்து நிரம்பி வழிவதாகும். நிறுத்தி இதைச் சிந்தியுங்கள். தம் குமாரனைப் பார்க்கும் பிதாவின் முகத்தில் தெளிவின்மையைப் பார்க்கிறீர்களா? நியாயந்தீர்ப்பதற்கான ஆவலைக் காண்கிறீர்களா? ஏற்றுக்கொள்ளாத இருதயத்தைப் பார்க்கிறீர்களா? பிதாவின் கண்களில் அலட்சியத்தையோ அல்லது ஆர்வமின்மையையோ காண்கிறீர்களா? பிதா, தம் குமாரனை நேசிக்கும் விதமாகவே உங்களையும் நேசிக்கிறார். இயேசுவின் பிதா என்று ஒருவரும், உங்களுக்கேற்றார்போல் வேறு இருதயமுடைய வேறு ஒரு தகப்பன் என்று இரண்டு பிதாக்கள் இல்லை. இயேசுவின் பிதா நேசிக்கிறார். அவர் மாறுவதில்லை. அவருடைய அன்பு ஸ்திரமானது. அவருடைய அன்புத் தூய்மையானது.

உங்கள் வழிதவறிய நிலையை இயேசு அம்பலப்படுத்தும் பொழுது, தீமையானவன் அதை எடுத்து, அதைப் பிதாவைப் பற்றிய வாக்கியமாய் மாற்றிவிடுகிறான். ஆனால் இதைச் சிந்தியுங்கள். நீங்கள் பிதாவை மாற்ற முடியுமா? பிதா குமாரனோடு உறவாடும் முறையை நீங்கள் மாற்றியமைக்க முடியுமா? திரித்துவத் தேவனின் நிலையைச் சீர்குலைக்கும் அளவுக்கு நீங்கள் மிகவும் சக்திவாய்ந்தவரா?

இதை நன்றாகக் கவனியுங்கள்: நீங்கள் எதைச் செய்கிறீர்கள் அல்லது செய்யவில்லை என்பதோ, நீங்கள் எதை விசுவாசிக்கிறீர்கள் அல்லது விசுவாசியாமல் போகிறீர்கள் என்பதோ, பிதாவின் அன்பையோ அல்லது திரித்துவக் குடும்பத்தில் உங்கள் நிலையையோ மாற்றியமைக்க வல்லமையற்றது. பிதாவையோ, அல்லது இயேசுவில்

நீங்கள் பிதாவிற்குரியவர்கள் என்ற ஸ்தானத்தை மாற்ற இவ்வுலகில் எவராலும், எந்த வல்லமையாலும், சம்பவத்தாலும் முடியாது. உங்கள் குருட்டாட்டம், உங்கள் விழுந்துபோன மனது மற்றும் உங்கள் புராணக்கதைகள் பிதாவின் அணைக்கும் கரங்களைப் பாதிக்காது. ஆனால், அது *நீங்கள் பிதாவை எவ்வாறு பார்க்கிறீர்கள் என்பதையும் அவருடனான உங்கள் உறவையும் பாதிக்கும்.* ஆவியின் ஐக்கியத்தில் உள்ள தங்கள் உறவின் சந்தோஷம், சுதந்திரம் மற்றும் சந்தோஷத்தையுடையப் பிதாவின் குமாரனுடைய பிரசன்னம், நீங்கள் பிதாவுக்குப் பிரியமானவராய் உங்களுக்கு நீங்களே உண்மையாயில்லை என்பதை வெளிப்படுத்துவதுத் தவிர்க்க முடியாததாகும். தீமையானவன் இதை எடுத்து, உங்கள் மனதில் இறையியல் துஷ்பிரயோகத்தை உண்டாக்க வழிவகுக்கிறான். அவன் உங்களுடைய வழிதவறுதலைப் பற்றிய இந்த வெளிப்பாட்டை எடுத்து, அதைத் தேவன் மற்றும் உங்கள் அடையாளத்துக்குறியதாய் மாற்றிவிடுகிறான். "வழிதவறுதல்'' என்பது *நான் தகுதியற்றவன். தேவன் என்னை நேசிக்க முடியாது. நான் ஏற்றுக்கொள்ளப்படாதவன். நான் சொந்தமானவன் அல்ல, ஒருபோதும் அப்படியாக முடியாது* என்பதாக மாறுகிறது. ஆனால் இதை சிந்தியுங்கள். "வழிதவறுதல்'' என்ற வார்த்தையே குடும்பத்திற்கான வார்த்தையாகும். நீங்கள் சொந்தமானவர்களாய் இல்லாமலிருந்தால் வழி தவறுவது எப்படி? உங்களுக்கு வீடில்லாதிருந்தால் நீங்கள் தொலைந்துபோவது எப்படி?

பிதாவின் இருதயம் என்றால் என்ன என்ற சத்தியத்திற்கும், நீங்கள் அவருடைய செல்லப் பிள்ளை என்ற அடையாளத்திற்கும் திரும்புங்கள். நீங்கள் எப்போதும் பிதா, குமாரன் மற்றும் பரிசுத்த ஆவிக்கு சொந்தமானவர்களாகவே இருந்துள்ளீர்கள். இனியும் அப்படியே இருப்பீர்கள். நீங்கள் பிதாவின் இருதயத்தை விசுவாசிக்க முடியாத நிலையில் இருந்தபொழுது, பொய் மற்றும் அதன் காரிருளில் தொலைந்துபோனவர்களாய்ப், பிதாவின் முகத்தைக் காண முடியாதவர்களாயிருந்த உங்களை உங்கள் புராணக்கதைகளில் கண்டுபிடிக்கும்படி இயேசு வந்தார். "என்னிடத்தில் வாருங்கள்'' என்றால் உங்களைக் கண்டடைய இயேசு அனைத்து உலகங்களையும் கடந்தார் என்று பொருள். அவர் உங்கள் இருதயத்தைக் கண்டடைய உங்கள் மாயக் கடலினுள் துணிந்து இறங்கினார். அவர் உங்கள் காரிருளினுள் நின்று கொண்டு தம்மிடமாய் வரும்படி உங்களுக்குக் கட்டளைக் கொடுக்கிறார். அவரை நம்பத் தைரியம்கொள்ளுங்கள்.

நீங்கள் திரித்துவத் தேவனை சார்ந்தவர்கள் என்பதற்கும், இயேசு உங்களுக்கு உண்மையுள்ளவராயிருக்கிறார் என்பதற்கும், *அவர் உங்களை* உங்கள் காரிருளில் கண்டுபிடித்ததற்கும் உங்கள் வலியே ஆதாரமாயிருக்கிறது. அதை உங்களால் பார்க்க முடியவில்லையா?. நீங்கள் குடும்பத்தில் ஒரு அங்கத்தினராயிருப்பதாலும், பிதா, குமாரன் மற்றும் பரிசுத்த ஆவியின் பெருகும் ஜீவனில் பங்குபெற்றுள்ளதாலுமே, இந்த திசைகெட்டுப்போகுதலைப் பற்றிய அம்பலமாக்குதல் உங்களை ஆழமாய் காயப்படுத்துகிறது. உங்களுக்கு வீடில்லாதிருந்திருந்தால், இதைப்பற்றிக் கேட்பது உங்களை எவ்விதத்திலும் வீட்டைப் பற்றிய பாதிப்பை ஏற்படுத்தாது. நீங்கள் திரியேக தேவனை சார்ந்தவர்களாயிராதிருந்தால், மகிமையைப் பற்றிய எந்தக் கருத்தும் உங்களுக்கிருக்காது. எனவே, தகப்பன் வீட்டைவிட்டுத் தூர தேசத்திற்குப் போனதைப் பற்றியச் சர்ச்சைகளோ அல்லது பிதாவின் பார்வையோ இவ்வளவு ஆழமாக உங்கள் இருதயத்தோடு பேசாது. நீங்கள் அவருடைய முகத்தைப் பார்க்கும்படி சிருஷ்டிக்கப்படாதிருந்தால், அவரைக் காணாதிருப்பது உங்களை எவ்விதத்திலும் தொந்தரவு செய்யாது.

ஆனால் நீங்களோவென்றால், திரியேகக் குடும்பத்தின் அங்கத்தினர். நீங்கள்

மகிமையைச் சார்ந்தவர்கள். நீங்கள் பிதா, குமாரன் மற்றும் பரிசுத்த ஆவியின் பெருகும் ஜீவனில் உட்படுத்தப்பட்டு, அவருடைய தயாளமான அரவணைப்பிலும் சுதந்திரத்திலும், அவருடைய முகத்தைப் பார்த்து வாழும்படி அழைக்கப்பட்டவர்கள். எனவேதான், உங்கள் வழிதவறுதலின் வெளிப்பாடு, உங்களுடைய வலியை உடனடியாகத் தூண்டுகிறது. இந்த வலியே, நீங்கள் அவருக்கே உரியவர்கள் என்பதற்க்கும், உங்கள் உண்மையுள்ள சகோதரன் உங்களைக் கண்டுபிடித்துவிட்டார் என்பதற்கும், உங்களை உங்கள் காரிருளில் கண்டுபிடித்தார் என்பதற்கும் ஆதாரமாயுள்ளது. அதுவே நீங்கள் பிதாவின் அன்பைப் பெற்றுக்கொள்ள முடியும் என்பதற்கும் ஆதாரமாயுள்ளது.

இயேசுவின் பிரசன்னம் உங்களை உங்கள் காரிருள் மற்றும் குழப்பத்தில் உயிரடையச் செய்கிறது. நீங்கள் உண்மையாயிருக்கிறீர்கள் என்பது உங்களுக்குத் தெரியும். நீங்கள் உங்களையும் உங்கள் துயரங்களையும் உணர்கிறீர்கள். எனவே நீங்கள் ஓடுகிறீர்கள். இப்படி வாழ்வு முழுவதும் ஒன்றிலிருந்து மற்றொன்றுக்கு ஓடிக்கொண்டே இருக்கிறீர்கள். நீங்கள் ஓடுவதிலும், ஒளித்துக் கொள்வதிலும், பாசாங்குச் செய்வதிலும், வேறொரு இரட்சகர் மற்றும் இரட்சிப்பைத் தேடுவதிலும் நிபுணத்துவம் பெற்ற ஒரு குடும்பத்தைச் சார்ந்தவர்களாயிருக்கிறீர்கள். இது பல தலைமுறைகளாய் இந்த முறைமையில் தொடர்ந்து வருகிறது. ஒரு கட்டமைப்பின் அங்கமாய் இருக்கின்றீர்கள். இந்த குடும்ப முறைமையில் பங்குபெற நீங்கள் பிறந்தது முதல் பயிற்றுவிக்கப்பட்டுள்ளீர்கள். இந்தக் குடும்பத்தின் சுய–இரட்சிப்பின் திட்டத்தில் உங்களுக்கும் ஒரு பொறுப்பு ஒதுக்கப்பட்டது, அதை வாழ முயற்சித்து, உங்கள் மெய்யான வாழ்வை அல்லது அடையாளத்தைத் தொலைத்து விட்டீர்கள்.

ஓடுவதால் முற்றும் சோர்வடைந்துவிட்டீர்களா? உங்கள் சக்கரங்கள் கழன்று விட்டதா? காரியங்களைக் கட்டுப்பாட்டுக்குள் வைத்திருக்க, எல்லாவற்றையும் சேர்த்துப்பிடித்து உங்கள் உள்ளான உலகை ஒழுங்குப்படுத்த நீங்கள் எடுத்த அனைத்து முயற்சிகளும் தோல்வியடைந்துவிட்டதா? நீங்கள் மரண உணர்வால் சோர்ந்துபோனீர்களா? பாசாங்குச் செய்வதால் சோர்ந்து போனீர்களா? உங்கள் சோகம், உங்கள் துயரம், உங்கள் சௌகர்யமின்மை ஆகியவை நீங்கள் பிதா, குமாரன் மற்றும் பரிசுத்த ஆவியைச் சேர்ந்தவர் என்றும், *மற்றும்* உங்களுக்கு ஒரு பிரச்சனை உண்டென்றும் உங்களுடன் சொல்கிறது. அந்த வலி சொல்வது என்னவென்றால், பிதாவின் குமாரன் உங்களைக் கண்டடைந்துவிட்டார் என்றும், *மற்றும்* நீங்கள் பிதாவின் அணைப்பில் வாழவில்லை என்றும், *மற்றும்* இனிமேல் உங்கள் வாழ்வு வித்தியாசமாய் இருக்க முடியுமென்றும் உங்களுடன் சொல்கிறது.

“என்னிடம் வாருங்கள்'' என்றால் உங்களுக்கு ஒரு புது வாழ்வு உண்டென்று அர்த்தம். இயேசுவின் இருதயம், அவருடைய தூய, விசுவாச, தைரியமிகு பிரசன்னத்தின் விடுதலையால் நீங்கள் தேவனைப் பற்றி நம்புகிறவைகளுக்கு “இல்லை” என்று சொல்லமுடியும். இயேசுவின் இயற்கைக்கப்பாற்பட்ட நிச்சயத்தால், நீங்கள் உங்கள் வலியில், உங்களுக்கும், உங்களுக்கு நீங்களே இழைத்துக் கொண்டவைகளுக்கும் பொறுப்பேற்க முடியும். அவர் உங்களை ஏற்றுக்கொண்டதால், உங்கள் பெற்றோரை, உங்கள் கணவரை, உங்கள் மனைவியைக் குற்றப்படுத்துவதை நிறுத்த முடியும். உங்கள் கவலை, உங்கள் கோபம், உங்கள் பயம், உங்கள் கடினமான வாழ்வுக்காக இவ்வுலகில் உள்ள எல்லோரையும் குறைக் கூறுவதை நிறுத்திவிட்டு, உங்களுடைய எல்லா உணர்ச்சிகளுக்காகவும் நீங்கள் பொறுப்பெடுக்க முடியும். நீங்கள் பிதாவுக்குரியவர்கள் என்ற இயேசுவின் அறிவால், நீங்கள் பொய்யை நம்பிக் கொண்டிருந்தீர்கள் என்ற உண்மையை உங்களால் சந்திக்க முடியும். ஆம், இந்த பொய்யானது, ஆயிரம் முறை

உங்கள் தாய், தகப்பனால், உங்கள் சகோதர, சகோதரிகளால், உங்கள் கணவன் அல்லது மனைவியால், அல்லது சம்பவங்கள் மற்றும் சூழ்நிலைகளால், நீங்கள் சந்தித்தவைகளால், ஏன் உங்கள் திருச்சபையின் மூலம் கூட உறுதிசெய்யப்பட்டிருக்கிறது. ஆம் இதற்கான “ஆதாரம்'' எப்பக்கத்திலும் உண்டு. ஆனால், இயேசு கிறிஸ்துவோ, இந்த அனைத்துத் தப்பிதங்களையும் பொய்யையும் கடந்து உங்களை உங்கள் காரிருளில் கண்டடைந்தார். அவருடைய பிரசன்னம், அவரிடமாய் நீங்கள் வரும்படியாகவும், அவரை விசுவாசித்து, அவருடைய அன்பைப் பெற்றுக்கொண்டு நீங்கள் வாழும்படி உங்களுக்குக் கட்டளைக் கொடுக்கிறது.

அவர் உங்களுக்கு இளைப்பாறுதல் அளிக்கிறார்: அவருடைய இளைப்பாறுதலை நீங்கள் உணரும்பொழுது, நீங்கள் இந்த இளைப்பாறுதலை அனுபவிக்க முடியாமல் தடுப்பது எது என்பதை உங்களால் எதிர்கொள்ள முடியும். இயேசு தமது சமாதானத்தை உங்களுடன் பகிர்ந்துகொள்வாரானால், அவர் ஜீவிக்கிறவராயிருக்கும்பொழுது, அந்த சமாதானத்தை உங்களிடமிருந்து எப்போதும் திரும்பப் பெறாதவராய் இருக்கும்பொழுது, அவருடைய சமாதானத்தை நீங்கள் அனுபவிக்காமல் உங்களைத் தடுப்பது எது? ஏன் இந்தக் கொந்தளிப்பு? நீங்கள் ஏன் வெறிபிடித்தவர்களாயிருக்க வேண்டும்? நீங்கள் ஏன் ஓட வேண்டும்? ஒருவேளை நீங்கள் பிதா, குமாரன் மற்றும் பரிசுத்த ஆவியானவரைச் சார்ந்திராததாலோ? இயேசு தமது சமாதானத்தைக் கொடுப்பது போல் கொடுத்து அதை உங்களிடமிருந்து எடுத்துக் கொள்வதைப் போன்றதோர் விளையாட்டை உங்களிடம் விளையாடுகிறாரா? நிச்சயமாக இல்லை. நீங்கள் பிதா, குமாரன், பரிசுத்த ஆவியைச் சார்ந்தவர்கள். இயேசுத் தம்மை உங்களோடு பகிர்ந்துகொள்வதில் நிலைத்திருக்கிறார்; அவர் மாறுவதில்லை. பிரச்சனை திரித்துவத் தேவனிடமில்லை. பிரச்சனை உங்கள் மனதில்தான் உள்ளது.

உங்கள் சொந்த வழிகளிலேயே தேவனைப் பார்ப்பதில் நீங்கள் நிலைத்திருப்பதென்பது, நீங்கள் இயேசுவைப் பார்த்து, அவருடைய கண்ணோட்டம் முற்றிலும் தவறானது என்று சொல்வதாகும். என் நண்பர் கென் புளூ அவர்கள் சொல்வதைப் போன்று: “இயேசுவை நம்ப முடியுமா?” இயேசுவிடமிருந்து கற்றுக்கொள்ள நாம் ஆயத்தமாயிருக்கிறோமா? அல்லது அவர் மனந்திரும்ப வேண்டுமென்று எதிர்பார்க்கிறோமா? இயேசுவை மனந்திரும்பி, பிதாவைப் பற்றிய அவருடையப் பார்வையை விட்டுவிட்டு, நம் கற்பனைப் பொய்க்கடவுளைப் பற்றிய நமது கருத்தோடு இணைந்து கொள்ளச் சொல்லி வலியுறுத்துவதேப் பாவமாகும். நம் சொந்த உலகங்களில் இனியும் வாழ வேண்டியதில்லை என்பதே “என்னிடத்தில் வாருங்கள்'' என்பதன் அர்த்தமாகும். நாம் இயேசுவின் உலகத்தில் பங்குபெற முடியும். நமது பொய்க்கடவுளுக்கும் அதன் பலவீனமான குற்றச்சாட்டுகள் மற்றும் தீர்ப்புகளுக்கும் எதிராக, அவர் பக்கம் நாம் நிற்கும்படி, அவர் நமக்குக் கட்டளைக் கொடுக்கிறார்.

அதிகாரம் 17

இளைப்பாறுதலைக் கண்டடைதல்

உங்கள் ஆத்துமாவுக்கு இளைப்பாறுதலைக் கண்டடைய, இயேசுவோடு இணைந்து அவருடைய பிதாவின் கண்களுக்குள் பாருங்கள். உங்களைப் பிதாவின் செல்லப் பிள்ளையாய் ஏற்றுக்கொள்ளுங்கள். பிதா உங்களைக் குறித்துப் பெருமைகொள்கிறார் என்பதை அறிக்கை செய்யுங்கள். அவருடைய பெருமையின் சுதந்திரத்தில், நீங்கள் குருடராயிருக்கிறீர்கள் என்பதை ஒத்துக்கொள்ளுங்கள். உங்களுக்குள் இருக்கும் ஏதோ ஒன்று, நீங்கள் அதை நம்பத் தடையாயிருக்கிறது என்ற உண்மையைச் சந்தியுங்கள். "அது அவ்வளவு எளிமையாக இருக்க முடியாது, தேவன் அவ்வளவு நல்லவராக இருக்க முடியாது, நான் இவ்வளவு தவறாக இருக்க முடியாது" என்று உங்கள் இருதயத்தில் மெல்லிய சத்தமிடும் அந்தக் காரியத்தை அறிக்கையிடுங்கள். பிதா மற்றும் ஆவியுடனான இயேசுவின் அழகிய வாழ்வு, உங்களுடைய ஒளிந்துகொள்ளுதல் மற்றும் பாசாங்குச் செய்தலையும், உங்கள் நிலையற்றத் தன்மை மற்றும் பயத்தையும் அம்பலப்படுத்தும் பொழுது ஓடாதிருங்கள். அணைத்து வைக்காதீர்கள், பாசாங்குச் செய்யாதீர்கள். சற்று நின்று வலியை எதிர் கொள்ளுங்கள். அந்த அம்பலமாக்குதலை அரவணைத்து, அதை உங்களுடையதாய் எண்ணி, அதற்குப் பொறுப்பேற்று, அந்த வலியின் நடுவில் நின்று, பிதாவின் முகத்தைப் பார்க்க தைரியம் கொள்ளுங்கள். இது முற்றிலும் பிதாவின் அன்பைப் பெற்றுக்கொள்வதைப் பற்றியது. "என்னிடத்தில் வாருங்கள்'' என்பதன் அர்த்தம் - "என் பிதாவின் அன்பைப் பற்றிய என்னுடைய அறிவைப் பெற்றுக்கொண்டு, என் பிதாவின் அன்பை விசுவாசியுங்கள். புறக்கணிப்போடும், அலட்சியத்தோடும், மற்றும் குற்றம்சாட்ட ஆவலாய் காத்திருக்கும் உங்கள் கற்பனையின் கடவுளோடு போர் அறிவியுங்கள். உங்கள் சகோதரனாகிய, எனக்குச் செவிகொடுங்கள், நான் பிதாவின் இருதயத்தை அறிந்திருக்கிறேன்'' என்பதேயல்லாமல் வேறில்லை.

நம் மனது மற்றும் இருதயத்தில் தேவனைப் பற்றி இரண்டு கண்ணோட்டங்கள் உண்டு: ஒன்று, உங்கள் காரிருளில் நீங்கள் உருவாக்கிய கடவுள். மற்றொன்று, பிதா, குமாரன் மற்றும் பரிசுத்த ஆவி. இந்தத் தருணத்தில் நீங்கள் நம்பும் கடவுள் யார்? இன்று உங்களுடைய தேவன் யார்? ஒரு நிமிடம் நிறுத்தி உங்கள் தோல்விகளைச் சிந்தித்துப் பாருங்கள். நீங்கள் செய்த தவறு என்ன என்பதையும், உங்களை வெட்கத்தை உணரச் செய்யும் அனைத்தையும் சிந்தியுங்கள். அந்த மெல்லிய சத்தத்தைச் சிந்தியுங்கள். உங்களைப்பற்றி யாருக்கும் தெரியாது என்று நீங்கள் நம்புவதை நினைத்துப் பாருங்கள். இப்பொழுது, இவை எல்லாவற்றையும் பார்க்கும்பொழுதுப் பிதாவின் மனதுருக்கத்தையும் எண்ணிப் பாருங்கள். உங்கள் தனிப்பட்ட பேரழிவின் பட்டியல்கள், இயேசுவின் பிதாவுக்குத் தெரியாது என்று நீங்கள் நினைக்கிறீர்களா? உங்கள்

பாசாங்கையும், ஒளித்துக் கொள்ளுதலையும், பாடுபடுவதையும் பார்க்க முடியாதபடி அவர் குருடராயிருக்கிறாரா? நம் காரிருளில் நாம் உருவாக்கிய நம் சொந்த மதங்களை அவர் பார்க்கவில்லையா? இப்படிப்பட்ட அலங்கோலத்தைப் பார்க்க முடியாமல், அவர் உங்களிடமிருந்து திரும்பிக் கொண்டார் என்று நீங்கள் நம்புகின்றீர்களா? இயேசுவின் பிதா நேசிக்கிறார். அவர் அந்த குழப்ப நிலையைப் பார்ப்பதினால், அவருடைய இருதயம் ஒருபோதும் படபடப்பதில்லை. அவர் *உங்களை* நேசிக்கிறார்.

பிதா, குமாரன் மற்றும் பரிசுத்த ஆவியின் இராஜ்ஜியத்தில் உள்ள முரண் என்னவென்றால், நாம் செய்தவை மற்றும் செய்யாதவற்றை நேர்மையாக எதிர்கொண்டு, நம் வெட்கத்தை நேருக்கு நேர் பார்த்து, எல்லா சோகத்தையும் உணர்ந்து, எதிர்கொள்ளும்பொழுது, பிதாவின் தளாரத இருதயத்தைச் சந்திக்கிறோம். இது எப்படியாகும்? இத்துனை ஆண்டுகளாய் உங்களைத் தகுதியற்றவர்களாய், தீமையானவர்களாய், அவருடைய அன்புக்குத் தகாதவர்களாய் நம்பியுள்ளீர்கள். இப்பொழுதோ, உங்கள் தோல்விகளைப்பற்றி நேர்மையாய் இருப்பதில்தான் அவருடைய முகத்தைப் பார்ப்பதற்கான புதிய கண்கள் கிடைக்கிறது என்று கேட்கிறீர்கள். மன்னிப்பை, மன்னிக்காதக் கடவுளாய் தீமையானவன் சித்தரித்து விடுகிறான். ஆனால், இயேசு அந்த பயத்தில் உங்களை பிதாவின் அன்போடு சந்திக்கிறார். “இயேசு அதைக் கேட்டு, பிணியாளிகளுக்கு வைத்தியன் வேண்டியதேயல்லாமல் *சுகமுள்ளவர்களுக்கு* வேண்டியதில்லை, நீதிமான்களையல்ல, பாவிகளையே மனந்திரும்புகிறதற்கு அழைக்கவந்தேன் என்றார்'' (மாற்கு 2:17).

> பிதாவே, உம்முடைய எல்லையற்ற அன்பின் விடுதலையிலும், உமது அரவணைப்பின் பாதுகாப்பிலுமிருந்து, எனக்கு ஏதோ ஒன்று நடக்கிறது என்றும் நான் காரிருளில் தொலைந்துப்போகிறேன் என்றும் அறிந்து கொள்கிறேன். உமது மகிழ்ச்சியில் வாழ்வதற்குப் பதிலாக, நான் உள்ளாக ஊனமுற்றவனாகிறேன். நான் மாறுகிறேன். உமது அன்பைப் பெற்றுக்கொள்வதற்குப் பதிலாக, என் ஆத்துமா கலங்குகிறது. நான் தேவையுள்ளவனாகிறேன். நான் முற்றுப் புள்ளி வைத்துவிட்டு பின்வாங்குகிறேன். நான் சுயநலவாதியாய், கோபமுள்ளவனாய், கவலை மிகுந்தவனாகிறேன். என் வலியில் நான் நேசிப்பவர்களைக் காயப்படுத்துகிறேன். என் நேரத்தையும் என் வாழ்வையும் நான் வீணடிக்கிறேன். நான் வெட்கப்படுகிறேன். என்னைப் பார்க்கவே நான் பயப்படுகிறேன். என் பிரச்சனைகளுக்காக மற்றவர்களைக் குறை கூறியதற்காக என்னை மன்னியும். பிதாவே, என் ஆத்துமாவோடு நீர் பேசும். நான் அறிந்தவைகளைக் காட்டிலும் இன்னும் அதிகமாய் உண்டென்பதை மீண்டும் எனக்குச் சொல்லும். நான் இருப்பது, என் வாழ்வு, என் எதிர்காலம் எல்லாவற்றிலும் நீர் பங்குப் பெறுகிறீர் என்பதை நம்ப எனக்கு உதவும். என் வாழ்வு மற்றும் காயங்களை எதிர்கொள்வது மரணமல்ல, அது விடுதலை மற்றும் முழுமை என்பதைப் பார்க்க எனக்கு உதவும். இயேசுவே, உம்முடைய கண்களை எனக்குத் தாரும். நீர் பார்க்கிற விதமாய் நான் என்னைப் பார்க்க எனக்கு உதவி செய்யும். பரிசுத்த ஆவியானவரே, நான் நித்தியமாய் பிதா மற்றும் இயேசுவுக்குரியவன் என்பதை என் ஆத்துமாவுக்குச் சாட்சி கொடும். இயேசுவினுடைய பிதாவின் அன்பை நான் எங்கு, எப்படி மற்றும்

எப்பொழுது பெறத் தவறுகிறேன் என்பதை எனக்குக் காண்பியும். என் பயம் எவ்வாறு மக்கள், இடங்கள், சம்பவங்கள், வாசனைகள் மற்றும் பொருட்களோடு தொடர்புபடுத்தப்பட்டுள்ளது என்பதை எனக்குக் காண்பியும். தீமையின் தூண்டுதல்கள் மற்றும் அதன் தொடர்புகளைப் பிதாவினுடைய அன்பின் தூய்மையான பலிகளாக்கும். நான் உம் பிள்ளைகளுக்குச் சொன்னவைகளையும், செய்தவைகளையும், சொல்லாதவைகளையும், செய்யாதவைகளையும் எனக்கு மன்னியும்.

அதிகாரம் 18

ஹென்றி

எனக்கு ஒரு பழைய மிஷனெரி நண்பர் ஒருவருண்டு; நாம் அவரை ஹென்றி என்று அழைப்போம். நான் எப்பொழுதும் ஹென்றியின் உலகத்தைப் பற்றி சிந்திப்பதுண்டு; அவர் மிகுந்த உண்மையோடும், அர்பணிக்கப்பட்டவராகவும், வாஞ்சையுள்ளவராகவும் தோன்றினார். ஆனால் சில ஆண்டுகளுக்கு முன், ஹென்றி மீண்டும் என்னுடைய வாழ்கையில் வந்தார். அவர் பார்ப்பதற்கு மரணத்தை விழுங்கியதைப் போல் இருந்தார். ஹென்றி முற்றிலும் இழந்தவராயிருந்தார், தன்னையும், தன் ஊழியத்தையும், தேவன் மீதும் நம்பிக்கையற்றவராயிருந்தார். அவர் தன்னுடைய மனைவியை இழந்திருந்தார். அவருடைய பிள்ளைகள் எங்கிருக்கிறார்கள் என்பதை அறியாதவராய் இருந்தார். அழக்கூட பெலனில்லாத அளவிற்கு அவர் மிகவும் உடைந்துபோன நிலையில் காணப்பட்டார். நீண்ட நேரம் அவர் ஒரு காய்ந்த எலும்பைப் போல் அமர்ந்திருந்தார். அவர் ஒரு மனுஷனைப் போலவே காட்சியளிக்கவில்லை. எல்லா உறுப்புகளும் இருக்கிறது ஆனால், அவருடைய முகம், கண்கள் மற்றும் தோல், ஒரு தூசி அகற்றும் கருவியை விழுங்கியதைப் போல் இருந்தது.

ஹென்றி அவர்கள் 18 ஆண்டுகள், 3 மாதங்கள் மற்றும் 14 நாட்கள் தேவ மகிமையையும், மற்றவர்களின் இரட்சிப்பையும் வாஞ்சையாய் எதிர்பார்த்து மாடாய் உழைத்து ஓடாய்த் தேய்ந்திருந்தார். என் நண்பர் ஸ்டீவ் ஹார்ன் அவர்கள் சொல்வதைப் போன்று, அந்த வருடங்களெல்லாம், அவரை மெதுவாய் எரித்துக்கொண்டிருந்த வருடங்களாய் இருந்தன. ஆவிக்குரிய வலி என்பது, அவருடைய ஆத்தும மரத்தில், வேகமாய் வளர்ந்து பரவும் ஒரு கொடியாய்ப் படர்ந்திருந்தது. இன்று, ஹென்றி அவர்களுக்கு அறிவிக்க ஒரு புதிய தேவனும், புதிய இரட்சிப்பும் உண்டு. ஆனால், இதற்கும் அதற்கும் இடையில், ஹென்றிக்கு ஒரு குடலைப் பிழியும் நரகத்தின் அனுபவம் இருந்தது.

அந்த 18 ஆண்டுகள், 3 மாதங்கள் மற்றும் 14 நாட்கள் அவர் உழைத்தது தேவனுக்காகவும் அல்ல, மற்றவர்களுக்கானதும் அல்ல என்பதை அவர் உணர்ந்தபொழுதுதான் அந்த பெரிய மாற்றம் ஹென்றிக்கு வந்தது. அந்த ஆண்டுகள் ஹென்றிக்கானதே. அவைகள் முழுவதும் ஓடினதும், ஒளித்துக் கொண்டதும், பாசாங்குச் செய்ததும், தன்னைத்தான் நியாயப்படுத்தவும், தனக்கும் தன் கடவுளுக்கும், தான் ஒரு தெய்வீகமான முதலீடு என்பதை நிரூபிப்பதற்கான ஆண்டுகளாய் ஓடினது.

தேவன் பாலாமின் கழுதையின் மூலம் பேசமுடியுமானால், நம்முடைய குறைவுகளிலும் அவரால் நம்மைப் பயன்படுத்த முடியும் என்பதை ஹென்றி அறிந்திருந்தார். ஆனால் அதே சமயம், *நமக்கு நாமே* திருப்தியை அடைய, தேவனுக்கும்

மற்றவர்களுக்கும் சேவைச் செய்ய அதிக நேரத்தைச் செலவிட முடியும் என்பதையும் அவர் அறிந்திருந்தார். அப்படியென்றால் நாம் செய்த அனைத்துமே பிரயோஜனமற்றது என்றோ அனைத்துமே தவறு என்றோ அர்த்தமல்ல. அது ஒரு விஷமேற்றுதலைப் போன்றதாகும். நம் *சுய-சேவை* நாம் செய்யும் சேவைகளைக் கறைபடியச்செய்கிறது. அது நிச்சயமாகவே, நம் வாழ்வு மற்றும் உறவுகளை நாம் அனுவிப்பதிலிருந்தும், பிதாவை அனுபவிப்பதிலிருந்தும் நம்மை விலக்குகிறது.

ஹென்றியின் கதையின் அழகு என்னவென்றால், அவருடைய வெட்கம் மற்றும் அவர் பிதாவின் அன்பை உணர்ந்ததற்கிடையில் இருந்த தொடர்புதான். அவருடைய குருட்டாட்டத்தின் வெட்கம் வாடி வதங்கிக்கொண்டிருக்கும்பொழுது, அவருடைய சுயத்தை-மையமாய்க் கொண்டிருந்ததையும் அதன் விஷத்தையும் எண்ணி அவர் அழுதுக்கொண்டிருந்தபொழுது, தனக்குள் வளர்ந்துக்கொண்டிருந்த மதத்தை அவர் சந்தித்தப்பொழுதுதான், அவர் பிதாவின் ஏற்றுக்கொள்ளுதலையும், அவருடைய அங்கிகாரம் மற்றும் சந்தோஷத்தையும் உணர்ந்தார். இந்த உலகில் இரண்டு விதமான மக்களே உள்ளனர் என்று நான் ஹென்றியிடம் சொன்னேன்: ஒன்று, முழுவதும் குப்பையாயிருப்பதை அறிந்தவர்கள். மற்றொன்று, முழுவதும் குப்பையாயிருந்தும் அதை அறியாதவர்கள். உங்கள் குப்பையைச் சந்தித்து, அதன் எல்லா வெட்கத்தையும் உணரும்போதுதான் பிதாவின் சத்தத்தை மிக தெளிவாய்க் கேட்கிறீர்கள். இது எத்துனை முரணானது! உங்கள் குழப்பத்தை அறிக்கையிடும்பொழுதுப், பிதாவின் அரவணைப்பை உணருகிறீர்கள். அப்பொழுதுதான் அவர் *உங்கள்* மேல் பிரியமாயிருக்கிறார் என்பதை நீங்கள் அறிந்துக்கொள்ளமுடியும்.

இதை சிந்தியுங்கள். உங்களுக்குள் ஏற்றுக்கொள்ளப்படாதது என்று நீங்கள் நினைத்து முற்றிலும் மூடி பாதுகாக்கும் ஏதேனும் ஒன்று இருக்குமானால், அது ஒருபோதும் பிதாவின் இருதயத்தை அனுபவிக்காது. நீங்கள் உங்களை அவரிடமிருந்தும் அவருடைய அன்பிலிருந்தும் மறைத்துக்கொள்கிறீர்கள். உண்மை என்னவென்றால், அந்த மூடப்பட்ட, ஒளித்து வைக்கப்பட்டுள்ள அந்தப் பகுதிதான் மீதமுள்ள உங்களையும் உங்கள் வாழ்வையும் நடத்துவதாயுள்ளது. அது நீங்கள் செய்யும் அனைத்தையும் விஷமேற்றுவதாயுள்ளது. உங்கள் முறிவிலிருந்து நீங்கள் ஓடும்வரை, நீங்கள் முழுமையானவர்களே என்பதை நிரூபிக்கவே உங்களின் மீதமுள்ளப் பகுதி செயல்படுகிறது. வாழ்வு ஒரு மிக நெடிய, சுயத்தை மையமாய்க் கொண்டு, உங்களை நீங்களே நியாயப்படுத்தவும், மறைக்கவும், எல்லாம் நன்றாகவே உள்ளது என்பதைப் போல் பாசாங்குச் செய்வதற்குமான முயற்சியாகிவிடுகிறது. உங்களை நீங்களே அங்கு வைத்துள்ளீர்கள்.

உடைந்த நிலை பிதாவின் முகத்தைப் பார்ப்பதற்கான புதிய கண்களை உங்களுக்குக் கொடுக்கிறது, “எழும்பு, என் பிரியமே, என் அன்பைப் பெற்றுக்கொண்டு வாழ்ந்திடு'' என்று அவர் சொல்வதைக் கேட்பதற்கான புதிய செவிகளைக் கொடுக்கிறது. அவர் சிருஷ்டிப்பைத் தொடங்கியது முதல் இவைகளை சத்தமிட்டுச் சொல்லிக் கொண்டுள்ளார். ஆனால் அவருக்குச் செவிகொடுப்பவர் யார்? நம்முடைய பாதையை நாமே செதுக்கிக்கொள்ள முடியும் என்று நினைக்கும் வரை, கிருபைக்குச் செவிகொடுப்பவர் யார்? தோல்வியாளர்களும், உடைந்த நிலையில் இருப்போரும், நொறுங்கி எரிந்திருப்போரும், என்னால் முடியாது என்று சொல்வோருமே பிதாவைக் காண்கிறார்கள். அவர்களே “என்னிடத்தில் வாருங்கள்'' என்ற கற்பனையைப் பற்றி ஆர்வமாயிருக்கிறார்கள். அப்படிப்பட்டவர்கள் இயேவின் சத்தத்தில் மதத்தையோ அல்லது “நான் ______ அல்ல'' என்பதையோ கேளாமல், நம்பிக்கையைக் கேட்கிறார்கள்.

அவர் விடுதலையைக் கண்டடைகிறார்கள். அவர்கள் தங்களிடமிருந்தும், தங்கள் கற்பனையிலுள்ளப் பொய்க்கடவுளிடமிருந்தும் ஒரு புதுவிதமான விடுதலையாகிறார்கள்.

"என்னிடத்தில் வாருங்கள்" என்றால் பிதாவின் ஏற்றுக்கொள்ளுதலைப் பற்றிய இயற்கைக்கப்பாற்பட்ட நிச்சயத்தில் வாழ முடியும் என்று பொருள். ஒளிவு மறைவில்லை. பாசாங்கு இல்லை. சுய ஆக்கினைத்தீர்ப்பில்லை. இயேசுவின் பிதா உங்களை ஏற்றுக்கொண்டார் என்ற ஒரு சாதாரண நம்பிக்கை மட்டுமே. இதுவே இன்றைய ஹென்றியின் நிலையாகும் – பிதாவின் தயாள அன்பை அறிந்த ஒரு மனிதராய் அவர் வாழ்கிறார். இவ்வுலகில் ஹென்றி தனக்கோ, தேவனுக்கோ, அல்லது வேறு எவருக்கோத் தன்னை நிரூபிக்க வேண்டியதில்லை. மற்றவர்ளைத் தேவனுக்காக இரட்சிப்பதன் நிமித்தம் தன்னை இரட்சித்துக்கொள்ள வேண்டிய அவசியம் ஹென்றிக்கு இல்லை. அவர் நல்லவராகவோ அல்லது ஒளித்துக்கொள்ளவோ அல்லது பாசாங்கு செய்யவோ அல்லது கையாளவோ வேண்டியதில்லை. அவர் தமதுப் பிதாவை இயேசுவோடு இணைந்து அனுபவிக்க விடுதலையாயிருக்கிறார். அந்த விடுதலையே ஹென்றியை ஒரு உண்மையான நபராக்குகிறது: நேர்மை, ஆயத்தமாயிருத்தல், மற்றவரை மையமாய்க் கொண்டிருத்தல். இதுவே பிதா, குமாரன் மற்றும் பரிசுத்த ஆவியானவரின் இராஜ்ஜியம்.

> ஆம், ஆண்டவராகிய இயேசுவே, பிதாவின் குமாரனே, எனது உண்மையுள்ள இரட்சகரே, நான் வருத்தப்பட்டு பாரம் சுமக்கிறேன். நான் சோர்வுற்றிருக்கிறேன். நான் இளைப்பாறுதலுக்காய் உம்மிடம் வருகிறேன். நான் பார்க்கும்படி என் கண்களைத் திறந்தருளும். என் தவறான புரிதலின் கயிற்றை அறுத்துப்போடும். அதன் முழு கம்பள விரிப்பும் இல்லாமல் போகுமட்டும் அந்த கயிற்றைப் பிடுங்கி எரியும். என் குற்ற உணர்வு பிதாவின் மன்னிப்பில் அவிழ்க்கப்படும்வரைப் பிடுங்கி எரியும். என் பொய்க்கடவுள் மறைந்து, பிதாவின் முகம் மட்டுமே தெரியும்வரை அதை நீக்குவீராக. பொய்யின் ஊடாய்ப் பார்க்க எனக்குக் கற்றுத்தாரும். பிதாவின் இருதயத்தைப் பற்றிய உமது அறிவை நான் அரவணைத்துக்கொள்ள என்னை விடுதலையாக்கும். என் படுகுழியில் என்னோடு குதித்து நம் பிதாவின் கரங்களை எனக்குக் காண்பியும்.

பிதாவின் மெய்யான குமாரன், நாம் பார்ப்பவற்றைப் பார்த்தவர், நாம் உணருபவைகளை உணர்ந்தவர், நம்முடைய முறிவின் படுகுழியினுள் பிதாவின் இருதயத்தைக் கண்டடைந்தவர், உலகிற்குச் சொல்வதாவது:

> உன் மதத்தைப் பிதாவின் அன்பான அரவணைப்பின் தீக்குக் கொண்டுவா. உன் வரவு கணக்குப் பதிவேடுகளை கீழே போடு. உன் வர்ணம் தீட்டும் தூரிகைகளைத் தூர எறிந்துவிட்டு என்னிடம் கற்றுக்கொள். நான் பிதாவை அறிந்திருக்கிறேன், நான் இருதயத்தில் சாந்தமும் மனத்தாழ்மையுமாயிருக்கிறேன். நான் உன் விரக்திக்குள் என் பிதாவின் அன்பைக் கொண்டு வருகிறேன். ஓடாதே, நான் உன்னை ஒருபோதும் கைவிடுவதில்லை. நான் அறிந்த விதமாய் நீ அறியும் வரை, என் பிதாவின் அன்பு உன் இருதயத்தை விடுதலையாக்கும் வரை, உன் அன்பு ஒருவரோடு ஒருவர் உள்ள அன்பிலும், மற்ற சிருஷ்டிகளோடுள்ள அன்பிலும் நிரம்பி வழிந்தோடும்வரைச், சமுத்திரம் தண்ணீரால் நிறைந்திருப்பதைப் போன்று என் பிதாவைப் பற்றிய என் அறிவால்

இந்த பூமி நிறையும் வரை, நான் உனக்கு உண்மையாயிருப்பேன். எழும்பு, என் பிரியமே, என் அன்பைப் பெற்றுக்கொண்டு வாழ்ந்திடு.

சிந்தனைக்கான கேள்விகள்

1. எந்தெந்த வழிகளில் இயேசுவின் வாக்கியங்களை தீமையானவன் எடுத்து, பிதாவின் இருதயத்தைப் பற்றி நீங்கள் குழம்பவும், உங்களை வெட்கப்படுத்தவும் செய்கிறான்?

2. "குடும்ப சங்கடம்" மற்றும் "ஆக்கினைத்தீர்ப்பு" இவைகளுக்கிடையில் இருக்கும் வித்தியாசம் என்ன?

3. உங்கள் ஆழமான பயம் என்ன? பிதாவின் ஏற்றுக்கொள்ளுதலை இயேசு அறிந்ததைப் போன்று நீங்கள் அறிந்திருந்தால், அந்த பயம் எப்படி மாறும்?

4. உங்கள் "அடையாளம்" மற்றும் உங்கள் "அனுபவத்திற்கான" வித்தியாசம் என்ன?

5. மற்றவர்களுக்கான உங்களுடைய சேவை, எவ்விதங்களிளெல்லாம் உங்களுடைய சுய நன்மைக்காகவே இருந்துள்ளது?

6. "உன் மதத்தை பிதாவின் அன்பான அரவணைப்பின் தீக்குக் கொண்டுவா. உன் வரவு கணக்குப் பதிவேடுகளை கீழே போடு. உன் வர்ணம் தீட்டும் தூரிகைகளை தூர எறிந்துவிட்டு என்னிடம் கற்றுக்கொள். நான் பிதாவை அறிந்திருக்கிறேன், நான் இருதயத்தில் சாந்தமும் மனத்தாழ்மையுமாயிருக்கிறேன்." என்று இயேசு சொல்வதை உங்களால் கேட்க முடிகிறதா?

7. இயேசு, தன்னுடைய இருதயத்தில் சாந்தமும் மனத்தாழ்மையுமாய் இருப்பதாய் ஏன் நம்மிடம் சொல்கிறார்?

8. நாம் ஏன் இயேசுவை எதிர்க்கிறோம்?

9. நீங்கள் மரிக்கும்பொழுது, உங்களுக்கு என்ன சம்பவிக்கும் என்று நீங்கள் நினைக்கிறீர்கள்?

பின்னுரை

திரும்பவும் பார்க்கப்பட்ட வீட்டின் பின்புறம்

இது நடந்தபொழுது ஜேன் தன் மதியநேர காபியை அருந்திக்கொண்டிருந்தாள். அப்பொழுது அவள் தன் சமையலறையின் நீர்தொட்டியினருகே நின்று, வானத்திலே அந்த குளிர்ந்த, வெண்மேகத்தினுள் பறந்த செந்நிற பாடற்பறவையை பார்த்துக் கொண்டிருந்தாள். ஒரு வெடிச் சத்தம் வீட்டை அதிரச்செய்தது. தன் கழுத்திலிருந்த முடிகள் முட்களாய் எழுந்து நிற்க, தன் முகத்தில் அதிர்ச்சியை உணர்ந்தாள். சமையலறைச் ஜன்னல்கள் உடைந்து நொறுங்குமளவிற்கு அந்தச் சத்தம் அதிர்ந்து ஒலித்தது. பல ஆண்டுகளாய் அவள் இருதயத்திலிருந்த பயம் அவளைச் சுட, தன் காபி கோப்பையைக் கீழேப்போட்டு, நிச்சயமாக அதுவாகத்தான் இருக்கும் என்று எண்ணி, படிக்கட்டுகளைத் தேடி ஓடினாள். கண்மூடித் திறப்பதற்குள் அவள் படிகளின் மேல் ஏறி ஜானின் அலுவலகத்திற்குத் திரும்பினாள். முழு உலகமும் முடிந்ததைப் போன்று, கதவும் அடைக்கப்பட்டிருந்தது. ஜேனின் கைகள் கதவைத் திறக்க நடுங்கியது, ஆனாலும் அவள் திறந்தாள்.

அப்பொழுது அவள் பார்த்தது - முதலாவது, ஜானின் கையும், இரத்தமும் தரையிலிருப்பதைப் பார்த்தாள். அவனுக்கு மிகவும் விருப்பமான ஒட்டகத்தோல் மேலாடை ஒரு பஞ்சைப்போன்று காட்சியளித்தது. இரத்தம், இரத்தம், எங்கு பார்த்தாலும் இரத்தம். “ஓ வேண்டாம், ஆண்டவரே, வேண்டாம், தயவுசெய்து இது நடக்கக் கூடாது, தேவனே எனக்கு உதவும், தயவுசெய்து வேண்டாம்!” என்று ஜேன் கத்தினாள்.

அவள் ஜானுக்கு அருகில் மண்டியிட்டு அமர்ந்து, கத்திக்கொண்டே ஜானின் தலையைத் தூக்கி தன் மடிமேல் வைத்துக்கொண்டு, “ஐயோ, ஜான், என்ன செய்துவிட்டாய், என்ன செய்திருக்கிறாய்? தேவனே வேண்டாம்! இப்பொழுது வேண்டாம், நாங்கள் வெகு தூரம் வந்துவிட்டோம்'' என்று அழுதுகொண்டே, ஜெபித்துக்கொண்டு அது உதவும் என்று நம்பி முன்னும் பின்னும் அவனை அசைத்துக்கொண்டிருந்தாள்.

அவள் ஜானை அசைத்து, அழுதுகொண்டு, பயத்தில் உறைந்தவளாய், ஜானின் தோல் நாற்காலியில் மடக்கி வைக்கப்பட்டிருந்த பிரத்தியேகமான அந்தக் குறிப்பைப் பார்த்தாள்.

ஜான் பல மாதங்களாய், வருடங்களாய் மன அழுத்தத்தில் இருந்து வருகிறார். மிகவும் போராடினார். ஆனால், அவர் சிந்தையில் இருந்த முடிச்சு, தனது வாழ்வை அவரில் வாழ்ந்துக் கொண்டிருந்தது. சில சமயங்களில் அது மேற்கு ஆஸ்திரேலியாவைப் போன்று பெரிதாயிருந்தது. அவரால் அதை மேற்கொள்ள முடியவில்லை. அது ஒரு வழிதவறிய பூனையைப் போன்று எப்போதும் சுற்றி வந்துக்கொண்டிருந்தது. நீங்கள் அதைப் பார்க்கும்பொழுது, அது நன்மைக்காக நடப்பதைப் போன்றே தோன்றுகிறது.

ஜான், ஜேனை ஐந்து வருடங்களுக்கு முன், ஒரு விருந்தில் சந்தித்தார். சில நகைச்சுவைகளைக் கேட்டு அவர் கெர்ஜித்துச் சிரித்துக்கொண்டே திரும்பினார், சிரிப்பு குறைந்த பொழுது, ஜான் அந்த மீன்குழம்பு கொதித்துக் கொண்டிருந்த அந்த சட்டியைப் பார்த்து, வீட்டினுள் பார்த்தான். அங்கே ஜேன் தன் நீல நிற உடையில், பொன்னிற முடியோடு, பச்சைக் கண்களோடு, திகைப்பூட்டும் அழகாய் சூரிய ஒளியில் மின்னியபடி அங்கு நின்றுகொண்டிருந்தாள். அவர்கள் சந்தித்து, ஒரு ஊஞ்சலில் அமர்ந்து, இருவரும் ஒரு மணி நேரமாக பேசிக்கொண்டிருந்தனர். அது முதல் அவர்கள் ஒன்றாயிராத நாளேயில்லை. ஆனாலும், ஜான், ஜேனோடு இருந்தப்பொழுதும், தனது முதல் திருமண வாழ்வைப் போலவே, மிகவும் கொடிய தனிமையை உணர்ந்தார். ஜான் ஜேனை மிகவும் நேசித்தான். ஆனாலும், அவளுடைய அன்பு மிக அரிதாகவே அவனுக்குள் புகுந்தது. அவன் முயற்சித்தான். சிகிச்சைகளைக் கூட மேற்கொண்டான். உயர்ரகமான சிகிச்சைகளையும், ஏன் திருச்சபையின் ஆலோசனைகளை கூட முயற்சித்துப் பார்த்தான். ஆனால், அவன் எதிர்பார்த்த சுகம் எங்கோ காற்றில் அலைந்துக்கொண்டிருந்தது. அவன் சிந்தையில் இருந்த அந்த முடிச்சு, கடல் போல் ஓயாததாய், ஒருபோதும் குறையாததாய் இருந்தது.

ஜேன்

நீ என்னை இருளில் கண்டுபிடித்தாய். சில காலம் நீ என்னை காப்பாற்றினாய். நாம் நடனமாடினோம். ஆனால் இதற்கு மேல் என்னால் முடியாது. என்னை மன்னித்துவிடு. ஆனால் இந்த வலிக்கு நான் முற்றுப்புள்ளி வைக்க விரும்புகிறேன்.

நான் உன்னை காதலிக்கிறேன்.

ஜான்.

இதை எழுதி ஜான் அந்த குறிப்பை மடித்து வைத்துவிட்டு, தன் 1911 ரக கோல்ட் 45 துப்பாக்கியை மெல்ல எடுத்தார். உலகின் அனைத்தும் வேகம் குறைந்தது. அந்த துப்பாக்கியின் தூண்டுகோலை தன் விரல்களில் உணர்ந்தார். தன் நெற்றியிலிருந்து வியர்வை சொட்டியதைக் கண்டார். அதை அழுத்தியதையும், வெடித்ததையும் கேட்டு, தான் தரையில் விழுவதை பார்த்துக்கொண்டே விழுந்தார்.

அங்கே நிசப்தம் நிலவியது.

தன் முதுகு தரையில் பட கிடந்த ஜான் தன் கண்களைத் திறந்து பார்த்தார். மரங்களைக் கண்டார். "*மரங்களா?* அது வேலை செய்யவில்லை, *ஐயோ,* அது வேலை செய்யவில்லை!"

"நான் எங்கே இருக்கிறேன்? நான் எப்படி இங்கு வந்தேன்? நான் மான்கள் தங்கும் முகாமில் இருக்கிறேனா?"

விடியலுக்கு சில நிமிடங்களுக்கு முன்பு, மரங்களைப் பார்ப்பதற்கான வெளிச்சம் இருந்தது, ஆனால் சம்பவித்ததைப் புரிந்துகொள்ளும் அளவுக்கு வெளிச்சம் போதவில்லை. பூமியையும், இலைகளையும், ஆழமான காடுகளின் ஈரத்தையும் ஜானால் முகர முடிந்தது. என்ன நடந்தது என்பதைப் பற்றியோ, தான் எங்கிருக்கிறார் என்பதைப் பற்றியோ, அவருக்கு புரியவில்லை. ஆனால் அவர் உயிரோடிருந்தார், அவர் தலை இன்னும் அங்கிருந்தது, தனது பழைய வலி அவரை அலுவலகத்தில் தங்கும்படி

தொந்தரவு செய்யவில்லை.

“நான் ஒரு நாய் குறைக்கும் சத்தத்தைக் கேட்கிறேன்,” என்று ஜான் நினைத்தார். “அது தூரத்தில் எங்கோ ஒலித்தது. அது மீண்டும் கேட்கிறது. மீண்டும் மீண்டும் இது மிகவும் பரீட்சயமான சத்தமாய் தோன்றுகிறது, ஆனால் இது எப்படி ஆனது?”

நிச்சயமாக அது ஒரு நாய்தான். அது ஜானை நோக்கி ஓடி வந்து கொண்டிருந்தது. “நான் ஒருவேளை மான்கள் இருக்கும் முகாமில் இருக்கலாம்,” என்று அவர் நினைத்தார். “ஆனால் நம்மிடம் நாய்கள் இல்லையே?” என்று யோசிக்கும்பொழுதே, ஆழமான, பரீட்சையமான, உரத்த சத்தத்தில் மற்றுமோர் குறைக்கும் சத்தம் கேட்டது.

ஆதி சந்தோஷம் தன் ஆன்மாவில் எழுந்ததைப்போல் ஜானின் கண்ணங்களில் கண்ணீர் வழிந்தோடியது.

“இருக்க வாய்ப்பேயில்லை, ஆனால் அது *சார்லி* தான் என்று எனக்குத் தெரியும்!”

சில நொடிகளில், வெள்ளை மற்றும் கருப்பு நிறம், அருகிலிருந்த பெரிய கருவேலமரத்தினருகில் மின்னியது. தன் காதுகள் காற்றில் பின் செல்ல, சார்லி நேராக ஜானை நோக்கி ஒரு பந்தையக் குதிரையைப்போல் ஓடி வந்துகொண்டிருந்தது. ஜான் எழும்ப முயற்சித்தார், ஆனால் சார்லி, குரைத்துக் கொண்டே ஜானின் மடி மேல் தாவி, முரட்டுத்தனமாக ஜானின் முகத்தை நக்கியது. என்ன நடந்தது என்பது அறியாமல், மெய்சிலிர்த்துப்போன ஜான், சார்லியைக் கட்டியணைத்துக் கொண்டு, சார்லியின் முகத்தைப் பிடித்து, சார்லியின் நடனமாடிக் கொண்டிருந்தக் கண்களுக்குள் பார்த்தார்.

“இது *சார்லிதான்,* இது எப்படியாயிற்று? நான் *எங்கே* இருக்கிறேன்.”

ஒரு நொடியில், அனைத்து வலியும், சோகமும், கொடூரமான முடிச்சும் அகன்றுபோனது. ஜானின் முகத்தை சார்லி நக்கியபொழுது, அந்த முடிவில்லா மெல்லி சத்தம் மௌனமானது. அதன் வால் ஒரு மின்விசிறியைப்போல் அசைந்து கொண்டிருந்தது.

“என்ன நடந்துகொண்டிருக்கிறது?” ஜான் தன்னைத்தான் கேட்டுக்கொண்டார்.

அவர் அமர்ந்து, அழுது, சிரித்து, மௌனமாயிருந்தார் இவை அனைத்தும் ஒரே நேரத்தில் நடந்தது. சார்லியை அணைத்துக்கொண்டு, அந்த மரங்களுக்குள் பார்த்தார். நாள் விடியத் துவங்கியது. அன்று குளிராகவோ , வெயிலாகவோ இல்லை, தான் எங்கே இருக்கிறார் என்பதை அறியாதிருந்தார். ஆனால், இதுவரை அவர் அறிந்திருந்த எந்த இடத்தைப் பார்க்கிலும், இந்த இடம் மிக உண்மையாயிருந்தது.

“நான் கனவு கண்டிருக்க வேண்டும், இது நடக்க முடியாது.”

ஆனால் நடந்தது.

“சார்லி மிக உண்மையாயிருக்கிறது,” என சொல்லியபடி, தன் இடது கையில் சில இலைகளையும், மண்ணையும் எடுத்தார். தன் கையைப் பார்த்துக்கொண்டு, அந்த இலைகளை முகர்ந்தபடி யோசித்துக் கொண்டிருந்தார். தங்கள் பின் தாழ்வாரத்தில், தன் தாத்தா இலைகளை குவித்து எரிப்பது ஞாபகம் வந்தது. அந்த வாசனை ஜானுக்கும் எப்போதும் பிடித்தமானதாயிருந்தது. அந்த வாசனை அவருக்கு ஒருவித நம்பிக்கையளித்தது. பல ஆண்டுகளாய் தொலைந்துப்போயிருந்த அந்த நம்பிக்கை, மீண்டும் துளிர்த்தது. ஜான், மீண்டும் அந்த நம்பிக்கையை, அந்த இலைகளிலும் மண்ணிலும் முகர்ந்தார். அது மரங்களில் பாடுவதையும், சார்லியின் கண்களிலும் பார்த்தார்.

சார்லி குதித்தெழுந்து, 20 முழங்கள் ஓடி நின்றது. அது தீவிரமாக குரைத்துக் கொண்டே ஜான் தன்னைப் பின் தொடரும்படி தன் தலையால் செய்கை செய்தது. ஜான் தன் பெலனையெல்லாம் சேர்த்துக்கொண்டு, தன் கால்சட்டையிலிருந்த தூசியை உதறித்தள்ளிவிட்டு, சார்லியைப் பின்த் தொடர ஆரம்பித்தார். தன்னை பரிசோதிக்கும்படி

கீழே குனிந்து பார்த்து, “என் ஒட்டக முடி மேல்ஆடை எங்கே?'' என்றார்.

அப்பொழுது மிகவும் விசித்திரமான ஒன்றை அவர் பார்த்தார்: அவரது திருமண மோதிரமும் கருப்பாயிருந்தது. அது இருளாயல்ல: கருப்பாயிருந்தது - மிகவும் கருப்பு நிறமாயிருந்தது. அவர் அதை துடைத்துப் பார்த்தார், ஆனால் அந்த கருப்பு தூசியிலிருந்து ஒட்டியதல்ல. அந்த மோதிரத்தின் நிறம் மாறியிருந்தது.

சார்லி குரைத்துக்கொண்டே மீண்டும் ஒரு 20 முழங்கள் ஓடியது. ஜான் அதை பின்தொடரும்படி, பயத்தை விட ஆழமான வேறொன்று அவரை தள்ளியது. அவர் மிகவும் தாகம் நிறைந்தவராய், தொலைந்துப் போனவராயிருந்தார். ஒரு உடைந்துபோன திசைக்காட்டியை வைத்திருப்பவனைப் போல் தொலைந்து போனவராயிருந்தார், ஆனாலும் சார்லி அவருடன் இருந்தது. சார்லி எப்படி இங்கு வந்தது, *சார்லியால்* எப்படி இங்கு வரமுடியும், இத்துனை நாட்களாய் *எங்கிருந்தது* - அதைப்பற்றி எந்தவொரு யோசனையும் இல்லை. ஆனால் சார்லி, தான் திரும்பிச் செல்ல வேண்டிய வழியை அறிந்திருந்தது. அந்த அடிகளுக்கிடையில், பழைய வலியின் ஒரு துளி ஜானின் ஆத்துமாவிலிருந்து மறுபடியும் கசிந்தது.

சில நிமிடங்களில், ஜான் அமர்ந்து தண்ணீர் குடிக்கத்தக்க ஒரு நீரோடையினருகே அழைத்து வந்து, சார்லி ஒரு சமமான, பெரிய பாறையினருகே அமைதியாய் நின்றுக் கொண்டிருந்தது. “சார்லி மிகவும் புத்திசாலி'' என்று எனக்குத் தெரியும். “ஆனால், இது வினோதமானது, அது என் எண்ண ஓட்டங்களை அறிந்ததைப்போன்று என்னை இங்கு அழைத்து வந்துள்ளது'' என்று ஜான் நினைத்தார்.

ஜான் அங்கு மண்டியிட்டு தன் தாகம் தீருமளவும் குடித்தார், அந்த தண்ணீர் மிகவும் தெளிந்ததாயும், குளிர்ந்ததாயும், ஒரு குளிர்காற்றைப் போல் மென்மையாயும் இருந்தது. ஏதோ காரணத்திற்காக, அது ஜேனின் தலைமுடியை அவருக்கு ஞாபகப்படுத்தியது. தான் ஜேனுக்கு என்ன செய்தார் என்பதை உணர்ந்தபொழுது, வலி இருதயத்தை பிளந்தது. “அவள் எங்கே?'' என்று ஆச்சரியப்பட்டார். “ஆனால் இப்பொழுது அவள் என் மீது கோபமாய் இருப்பாள், தேவனே என்னை மன்னியும்,'' என்று அவர் அழுதார்.

“*ஆனால் உண்மையாகவே இல்லை,*'' என்ற ஒரு சத்தம் அவர் பின்னிருந்து பேசியது.

அந்த சத்தம் ஜானுக்குள் இருந்த பூதங்களை வெளிவரச்செய்தது. ஜான் இப்படிப்பட்டதோர் சத்தத்தை இதற்கு முன் கேட்டதில்லை. “இதை யார் சொன்னது?'' என்று ஜான் தனக்குள் கேட்டுக்கொண்டார். அது உண்மையாயிருக்க முடியாது என்ற எண்ணமும் அவருக்குள் எழுந்தது. அவர் திரும்பி பார்க்க விரும்பியும், அவரால் முடியவில்லை. அதை யார் பேசினார்களோ, அது உண்மையாயிருந்தது, மிகவும் உண்மையாயிருந்தது. அவருடைய சத்தம் சாதாரணமானதாயும், ஆழமானதாயும் இருந்தது. ஆனால் அந்த மூன்று வார்த்தைகள் பல பாகங்களை பேசியது.

“*ஜான்*'', என்று அந்த சத்தம் மீண்டும் கூப்பிட்டு “நாம் பேச வேண்டும்'' என்றது.

ஜான் பயத்தினால் உறைந்துபோனார். அவனுக்குபின் இருந்த நபர் ஒரு சாதாரண நபரல்ல. “நான் மிகவும் ஆழமான ஒன்றிலிருக்கிறேன்!'' ஆறுதலுக்காக ஜான் சார்லியை பார்த்தார். சார்லி தன் முகத்தில் ஒரு அற்புதமான பார்வையை வெளிப்படுத்தியது. அது விசித்திரமானதாயிருந்தது. இல்லை, இல்லை...அது மிகவும் பெருமை மிகுந்த ஓர் பார்வையாய் இருந்தது. “நான் சத்தியமாய் சொல்கிறேன்”, “சார்லி முன் எப்போதையும் விட மிகவும் புத்திசாலித்தனமாய் இருக்கிறது. அது பார்ப்பதற்கு ஒரு குருவியை விழுங்கிய பூனையைப்போல் காட்சியளிக்கிறது. அது தன்னைப் பற்றி பெருமிதம் கொள்கிறது, எனக்கு தெரியாத ஒன்று அதற்கு தெரிந்திருக்கிறது'' என்று ஜான் நினைத்தார்.

இந்த நீட்சியில், தன்னுடன் பேசும் சத்தத்தைக் கேட்க ஜான் திரும்பினார். அவர்

முதலாவது பார்த்தது பாதங்களை. "இது நிச்சயமாக ஒரு மனிதன்தான். ஆனால் *காலணிகளா?* சாதாரண காலணிகளை யாராவது காட்டுக்குள் அணிவார்களா?'' என்று தனக்குள் முனுமுனுத்துக் கொண்டார் ஜான்.

"இது என்னுடைய மரங்கள்'' என்று அந்த சத்தம் சாதாரணமாய் சொல்லிற்று.

அந்த குரலோவென்றால், மிகவும் உண்மையாகவும், நிஜமாகவும், உறுதிப்படுத்துவதாயும், பயமுறுத்துவதாயும் இருந்தது.

ஜான் கீழேயே பார்த்துக் கொண்டிருந்தார். சிறிது நேரம் கடந்தது, ஒரு ஸ்திரமான கை தன் தோலின் மேல் அமர்ந்ததை உணர்ந்தார். "எழும்பு, *என் பிரியமே*, என் அன்பை பெற்றுக்கொண்டு வாழு''

ஜானின் நரம்புகளில் ஏதோ மின்சாரம் தாக்கியதைப் போல் இருந்தது. இன்னும் நிமிர்ந்துப் பார்க்க தைரியம் வரவில்லை. ஆனாலும், எந்த முட்டாள் இந்த சத்தத்தைக் கேட்கவும் இந்த கட்டளைக்கு கீழ்படியாமலும் இருப்பான்? "*இது யார்?*'' என்று ஜான் தன்னைத்தான் கேட்டுக்கொண்டார்.

"அவருக்கு எப்படி என்னைத் தெரியும்? நிச்சயமாக அவர் *என்னை* அழைக்கவில்லை, நான் நேசிக்கத் தகுதியற்றவன்.''

"ஜான்'' என்று அந்த மனிதர் அழைத்தார், "நேசிக்கத் தகுதிபெற்றவர் என்றால் என்ன என்பதை என் அன்பு விளக்குகிறது'' என்றார்.

இணைபுரியாததோர் நம்பிக்கை ஜானின் இருதயத்தைக் கவர்ந்தது. மெதுவாக ஜான் எழுந்து நின்றார். ஜான் உயரமாக இருந்தார். அவர் பயத்தினால், சிறிது நேரம் கழித்து, தனது கண்களைத் திறந்து பார்த்தார். அவருக்கு முன் ஒரு மனிதனைக் கண்டார், ஆனால் அவர் ஒரு எருதைப்போல் பலமுள்ளவராயிருந்தும் ஒரு சாதாரண மனிதராய் தோன்றினார். அவர் கண்கள் தெளிவுள்ளதும், ஆதிமுதல் இருந்ததும், மனதுருக்கம் நிறைந்ததும், விட்டுக்கொடுக்காததுமாய் இருந்தது.

அந்த மனிதர் "*ஜான்*'' என்று அழைத்து, "நீ யார் என்பது உனக்கு தெரியாது'' என்றார்.

அதோடு, சார்லி குரைத்தது, அதற்கு கைகள் இருந்திருந்தால் "*எழும்பு*' என்று சொல்வதைப்போல் கைதட்டி இருக்கும்.

"சார்லி மரித்த அந்த நாளை நினைத்துப் பார்.''

சார்லியைப் பார்த்துக் கொண்டே, "நான் அந்த நாளை ஒருபோதும் மறக்க மாட்டேன்'' என்று ஜான் சொன்னார்.

அந்த மனிதனோ, "அந்த வலியை நினைத்துப்பார்'' என்று சொன்னார்.

"நான் அந்த வலியை நினைவுகூரத் தேவையில்லை, அந்த வலியில்லாமல் நான் ஒரு நாள் கூட வாழ்ந்ததில்லை''

"உன் கண்களை மூடி அந்த மெல்லிய சத்தம் உன் ஆத்துமாவினுள் செல்லும் வழியில் திருட்டுத்தனமாய் நுழைவதைப் பார்.''

"நீ அந்த மெல்லியச் சத்தத்தை எப்படிப் பார்க்கிறாய்? நான் எங்குபார்ப்பது?''

"அந்த பின் தாழ்வாரத்தில் நின்று, கண்களை மூடிக்கொண்டு, அதைச் சற்றே கவனி.''

"நான் என்னை அழுகிறவனாய் பார்க்கிறேன். ஆனால், மெல்லியச் சத்தத்தில் யாரும் என்னோடு பேசவில்லை'' என்று ஜான் சொன்னார்.

"பார்த்துக்கொண்டே இரு.''

"எனக்கு எதுவும் தெரியவில்லை.''

"பொறுமையாயிருந்து, கவனித்துப்பார்.''

"என்னால் *பார்க்க முடிகிறது*, என்னால் *பார்க்க முடிகிறது!*'' என்று ஜான் கத்தினார்.

"இப்பொழுது நீ சுட்டுக்கொள்ளும் முன் ஜேனுக்கு எழுதிய குறிப்பை சிந்தித்துப்

பார். உன் இருதயத்தில் நீ பார்ப்பது என்ன?''

"ஒன்றுமில்லை.''

"ஜான், அந்த ஒன்றுமில்லாமையின் நிறம் என்ன?''

"நான் கருப்பு நிறத்தைப் பார்க்கிறேன்'' என்று ஜான் சொன்னார்.

"அதைக் கூர்ந்து கவனி, கவனமாய்ப் பார்.''

"இன்னும் கருப்பு நிறத்தைதான் நான் பார்க்கிறேன்.''

"பார்த்துக்கொண்டே இரு''

"கருப்பு நிறம் நகர்கிறது. அது ஏதோ ஒன்றை சொல்கிறது.''

"அது என்ன சொல்கிறது, ஜான்?''

"எனக்கு தெரியவில்லை, ஆனால் அது நிச்சயமாக மெல்லிய சத்தமாய் ஏதோ ஒன்றை சொல்கிறது. அதைக் கேட்பது நரகத்தைப் போன்றிருக்கிறது. என்னால் இதை தாங்கிக்கொள்ள முடியாது. நான் ஏன் மரிக்கவில்லை? நான் ஏன் இன்னும் உயிரோடிருக்கிறேன்?''

"ஜான், நன்கு மூச்சை விட்டு, என் தைரியத்தை உபயோகித்து, *இளைப்பாறு*!''

ஆயிரமாண்டுகளாய் கட்டப்பட்டிருந்த சுமைகள் அவிழ்ந்ததைப் போன்று ஜான் அமர்ந்தார்.

"ஜான், ஏன் அமர்ந்தாய்?''

"நீர் என்னை இளைப்பாரச் சொன்னதால் நான் அமர்ந்தேன்.''

"என் சத்தத்துக்கு செவி கொடுக்கும் போது, என்ன நடக்கிறது என்பதை இப்பொழுது உன்னால் பார்க்க முடிகிறதா?''

அந்த மனிதர் மண்டியிட்டு, ஜானின் அருகில் அமர்ந்தார். அவர் ஜானின் கண்களை ஆழமாய் உற்று நோக்கி, "அந்த கருநிறம், மெல்லிய சத்தத்தில் என்ன சொல்கிறது?'' என்று கேட்டார்.

"நான் _____ அல்ல,'' என்பதை மட்டுமே என்னால் கேட்க முடிகிறது.

"*எது* நீ இல்லை, ஜான்?''

"தகுதியில்லை, முக்கியமில்லை, நல்லவன் இல்லை, விசேஷித்தவனில்லை, அது முடிவில்லாமல் தொடர்கிறது, ஆனால் இது எல்லாம், நான் ஏற்றுக்கொள்ளப்படவில்லை'' என்பதையே குறிக்கிறது.

"ஜான், அந்த மெல்லிய சத்தம் என்னுடையதா?''

"இல்லை!''

"அது யாருடையது?''

"எனக்கு தெரியாது.''

"நீ ஏன் அதைக் கேட்கிறாய்?''

"அது உண்மையல்லவா?''

"ஜான், அது உன் மனதில் மட்டுமே உண்மை, வேறெங்குமல்ல. என் அன்பு மட்டுமே சத்தியத்தை விவரிக்கிறது.'' சார்லி மீண்டும் குரைத்தது, அது காதுமட்டம் வாய் பிளந்து சிரிக்கிறது.

"ஜான், அந்த மெல்லிய சத்தத்தை பார்க்கும் பொழுது நீ என்ன உணர்கிறாய்?''

"*மாட்டிக்கொண்டேன்*!'' என்று ஜான் கத்தினார். "நான் சிக்கிக்கொண்டதைப் போன்று உணருகிறேன். நிறுத்தமில்லா, வெளியேறும் வாயிலற்ற, தப்பிக்க வழியில்லாத ஓர் பயணத்தில் ஏறி விட்டதாக உணர்கிறேன்".

"இப்பொழுது, நீ எழுதிய குறிப்புக்குச் செல், நீ உன் இருதயத்தில் பார்ப்பது என்ன?''

"இது அந்த கருப்பு நிற மெல்லிய சத்தம், இது ஒரு புற்றுநோயைப்போன்று, என்

இருதயம் எங்கும் நிறைந்துள்ளது.''

"நீ அதை திருமணம் செய்துக்கொண்டாய் ஜான்.''

"என்ன, நான் திருமணம் செய்துக்கொண்டேனா? ஒரு மெல்லியச் சத்தத்தை எப்படி திருமணம் செய்வது?''

"நீ அதை உன் மணப்பெண்ணாய் எடுத்துக்கொண்டு, நீ உன் ஆத்துமாவை அதற்கு திறந்துக்கொடுத்து, அதை நேசிக்க வாக்குக் கொடுத்து, நீ நேசித்திருக்கிறாய் ஜான்.''

"எப்படி? நான் எப்படி அந்த மெல்லியச் சத்தத்தை நேசித்தேன்?''

"நீ அந்த மெல்லியச் சத்தத்தை சத்தியமென்று நம்பி விட்டாய். நீ அதன் எதிரொலிப்பை எங்கும் கேட்கிறாய், இந்தப் பொய்யின் பிரிதிபலிப்பை எல்லோர் முகத்திலும் பார்த்தாய். அதற்கென்றே உன்னை நீ ஒப்புக்கொடுத்து விட்டாய்.''

"அதனால்தான் என் திருமண மோதிரம் கருப்பானதா?''

"ஆம், ஜான், இது உன் இரகசிய திருமணத்தின் அடையாளம் – முறிக்கப்பட வேண்டிய ஓர் திருமணம் அது. ஜான், இப்பொழுது, என் பிதா உன்னை நேசிக்க நீ ஏன் அனுமதி மறுக்கிறாய் என்பது உனக்கு தெரிகிறதா?''

"ஒரு நிமிடம்,'' ஜான் சத்தமாய் கத்தினார், "பொறுங்கள், பொறுங்கள், பொறுங்கள். என்ன, *என் பிதாவா?* அப்படியென்றால், நீர் குமாரனாகிய *இயேசுவா?''*

"நான் யார் என்று நீ நினைக்கிறாய், ஜான்?''

"எனக்கு தெரியாது, ஆனால் நீர் இயேசுவாய் இருக்க முடியாது, நீர் கொஞ்சம் கூட நான் இதுவரை கேள்விப்பட்ட இயேசுவைப்போல் இல்லை.''

"ஜான், என்னைப் பார், நானே பிதாவின் குமாரனாகிய, இயேசு கிறிஸ்து. என்னைப் பற்றி யார் என்ன சொல்லியிருந்தாலும் அதை மறந்துவிடு, என் கண்களைப் பார், என் கண்களில் என்ன பார்க்கிறாய். ஜான்?''

"கருப்பு நிறமல்ல, முற்றிலும் நன்மையைப் பார்க்கிறேன், அழகிய வாழ்வைப் பார்க்கிறேன்.''

"நீ இந்த நன்மையை, இந்த அழகை, இந்த வாழ்வை இதற்கு முன் பார்த்ததுண்டா?''

"ஆம், நான் ஆயிரம் முறைகளுக்கு மேலாக பார்த்திருக்கிறேன், ஆனால் அது உம்மிடம் இருந்து வருகிறது என்று நான் சிந்தித்ததேயில்லை. நீர் முற்றிலும் சட்டங்களைப் பற்றியவர் என்று நான் நினைத்திருந்தேன்.''

"என் நன்மை, என் அழகு, என் வாழ்வு எங்கும் நிறைந்துள்ளது. நீ என் ஜீவனில் என்னோடு பங்குபெற வேண்டுமென்று நான் விரும்புகிறேன், ஜான். நான் எப்பொழுதும் என்னை உன்னோடு பகிர்ந்துகொண்டே இருக்கிறேன். ஆனால், நீ மிகவும் குழம்பி, காயப்பட்டிருப்பதால் உன்னால் அதை பார்க்க முடியவில்லை. ஜேனைப்பற்றி யோசித்துப் பார். நீ அவளை மிகவும் நேசிக்கிறாய் என்பது உனக்குத் தெரியும். உன் அன்பு எங்கிருந்து வருகிறது? நீ அன்பை உருவாக்கினாயா?''

"நான் அதைப் பற்றி யோசித்ததே இல்லை, நான் எப்படி அன்பை உருவாக்க முடியும்?''

"ஜான், கவனி, இந்த பிரபஞ்சத்தில் ஒரே ஒரு அன்பு மட்டுமே உள்ளது, அது பிதா, குமாரன் மற்றும் பரிசுத்த ஆவியானவருடைய அன்பு. இந்த அன்பே எல்லோரோடும் பகிரப்படுகிறது. நான் அதை தனிப்பட்ட விதத்தில் கவனிக்கிறேன். உனக்கும் இந்த முழு உலகத்திற்குமான பிதாவின் கனவு என்னவென்றால், எங்களுடைய இந்த அன்பு, அழகு, ஜீவன் மற்றும் நன்மையால் நிறைந்தவர்களாய் வாழ வேண்டுமென்பதே. நீ உனக்கான அவருடைய அன்பையும், அவருடைய சந்தோஷத்தையும் பெற்றுக்கொண்டு, மற்றவர்களை அவருடைய அன்பால் அன்புகூர்ந்து வாழ வேண்டுமென்று அவர்

விரும்புகிறார். இதற்காகவே நான் மனிதனானேன், ஜான்.''

“ஆனால் இந்த வலியைப் பற்றி என்ன? இந்த முடிச்சு எங்கிருந்து வந்தது?''

“அந்த பதில் ஏற்கனவே உன்னிடம் இருக்கிறது, ஜான்”

“இந்த *மெல்லிய சத்தமா?*''

“ஆம் மற்றும் இல்லை, ‘உன் சிந்தையில் உள்ள முடிச்சு’ என்று நீ அழைப்பது, மூன்று வித்தியாசமான வலிகள் ஒன்றாய் இணைந்து வருவதாகும். முதல் வலி என்னிடமிருந்து வருவது. அது பிதாவின் அன்பின் வலி.''

“எனக்கு புரியவில்லை, பிதாவின் அன்பு எப்படி வலியை உண்டாக்கும்? அது இவ்வுலகிலேயே மிகவும் அற்புதமான ஒன்றாகவே எனக்குத் தோன்றுகிறதே.''

“ஆம் ஜான், அற்புதமானதுதான், பிதாவின் அன்பு எல்லாவற்றிலும் நிறைந்தோடும் ஜீவ நதியாயிருக்கிறது. ஆனால் காரிருளிலிருப்போருக்கு அது வலியை உண்டாக்குவதாயிருக்கிறது.''

“அது எவ்வாறு வேலை செய்கிறது?''

“மன்னிப்பைப் பற்றி சிந்தித்துப்பார் ஜான். ஜேன் உன்னிடம் வந்து ‘நான் உன்னை மன்னிக்கிறேன்’ என்று சொல்லும்போது, நீ ஏதோ தவறு செய்திருக்கிறாய் என்பது உனக்குத் தெரிகிறதல்லவா? மன்னிப்பு குற்றத்தை வெளிப்படுத்துகிறது. பிதாவின் மன்னிப்பும் குற்றத்தை வெளிப்படுத்துகிறது. அது பிதாவின் அழகுக்கும் பொருந்தும். பிதாவின் அழகு நீ உன் வாழ்வில் நீ ஏற்படுத்திக்கொண்ட அவலத்தை அம்பலப்படுத்துகிறது.''

“ஆனால், பிதாவின் அன்பைப்பற்றி என்ன? அது எவ்வாறு வலியை உண்டாக்குகிறது?''

“ஜான், பிதாவின் அன்பைப் பற்றிய எனது அறிவை நான் உன்னோடு பகிர்ந்துக்கொள்ளும்பொழுது, நீ நம்பிக்கை மற்றும் கவலை ஆகிய இவ்விரண்டையும் உணருகிறாய். பிதாவின் அன்பை ருசிப்பது, மெய்யாகவே நீ யார் என்பதை உனக்குத் தெரியப்படுத்துகிறது. அப்பொழுது நீ அதன் சந்தோஷத்தை உணருகிறாய். ஆனால், நீ அந்த சந்தோஷத்திலிருந்து எவ்வளவு தூரமாய் சென்று வாழ்ந்துக்கொண்டிருக்கிறாய் என்பதையும் காட்டுகிறது. அந்த தருணத்தில் நீ கவலையை உணருகிறாய். அதேப்போல், என் பிதாவின் மன்னிப்பு உன் குற்றத்தையும், அவரது அழகு உன் குழப்பத்தையும் வெளிப்படுத்துகிறது, அவருடைய அன்பு நீ கவலையில் இருக்கிறாய் என்பதை உனக்கு வெளிப்படுத்துகிறது.''

“என்னை மன்னியும், ஆனால் இது ஒன்றும் அவ்வளவு நன்றாய் எனக்குத் தோன்றவில்லை, பிதாவின் அன்பு எங்களை மேலும் சோகத்துக்குள்ளாக்குமானால், அதை நீர் ஏன் எங்களோடு பகிர்ந்துக்கொள்ள வேண்டும்?''

“இங்கு கவலைக்குள்ளாக்குவது முக்கியமல்ல ஜான். பிதாவுக்கு நேசிக்க மட்டுமே தெரியும், அவர் எப்பொழுதும் ஜீவனைப் பற்றியவராயிருக்கிறார். நீ எப்பொழுதும் அவருடைய அன்பை முற்றிலுமாய் பெற வேண்டுமென்று தீர்மானித்திருக்கிறார்.''

“அப்படியென்றால், நான் என் இருதயத்தில் பிதாவின் அன்பை பெறாத இடத்திலிருந்து வலி எழும்புகிறதா?''

“ஆம், நீ பிதாவின் அன்பை பெற்றுக்கொள்ளுகிற இடத்திலிருந்து சந்தோஷம் வருவதைப்போலவே, நீ எங்கே, எப்படி மற்றும் எப்போது என் பிதாவின் தயாளமான அரவணைப்பை பெறவில்லை என்பதை நான் உனக்கு உண்மையாய் வெளிப்படுத்துவேன். அப்படி வெளிப்படுத்தும்பொழுது, அது உன்னில் வலியை ஏற்படுத்துகிறது.''

“மக்கள் உம்மை எப்படி தவறாக புரிந்திருக்கிறார்கள் என்பதை இப்பொழுது

என்னால் பார்க்க முடிகிறது; நீர் அவர்களுக்கு நம்பிக்கையைக் கொடுக்கும் அதே நேரத்தில் அவர்களை கவலைக்கும் உள்ளாக்குகிறீர். ஆனால், மெய்யாகவே அவர்களை கவலைக்குள்ளாக்குவது *நீர்* அல்ல; உமது அன்பின் ஒளியே அவர்களை அப்படியாக்குகிறது, சரியா?"

"ஆம் ஜான், நீ சொல்வது சரியே. நான் பிதாவின் அன்பைப்பற்றிய என் அறிவை பகிர்ந்துகொள்ளும்பொழுது, மக்கள் எங்கு எவ்வாறு தங்கள் காரிருளில் கட்டப்பட்டிருக்கிறார்கள் என்பதை அது அம்பலப்படுத்துகிறது. இந்த அம்பலமாக்குதலே வலிக்கு காரணமாயிருக்கிறது."

"அப்படியென்றால், நாங்கள் இந்த மெல்லிய சத்தத்தில் சிக்காமலிருந்தால், வலி என்பது இருக்காது சரியா?"

"எப்படியிருக்கும் ஜான்? பிதாவுக்கு அன்புகூற மட்டுமே தெரியும்."

"எல்லோரும் பிதாவை நேசிக்க அனுமதித்துவிட்டால், கவலை என்பதே இருக்காதல்லவா?"

"நான் பிதாவின் அன்பை அறிந்திருக்கிறேன் ஜான். நீ என்னில் கவலையைப் பார்க்கிறாயா?"

"நான் புரிந்துகொள்ளத் துவங்குகிறேன் என்று நினைக்கிறேன். பிதா எங்களை நேசிக்கிறார். ஆனால் நாங்கள் அதைப் பெற்றுக்கொள்வதில்லை, அல்லது அதைப் பெற்றும் பெறாமலுமிருக்கிறோம். பிதாவின் அன்பை பெறாமல் வாழ்க்கையை வாழ்கிறோம் என்றால் நாங்கள் வேறொன்றிலே வாழ்கிறோம். பிதாவின் அன்பை பெறுவதற்கு எதிர்மறையானது என்ன?"

"*பயம்*"

"அப்படியென்றால் நான் பிதாவின் அன்பிலிருந்து வாழ்வதற்கு பதிலாக நான் பயத்திலிருந்து வாழ்ந்திருக்கிறேனா?"

"ஆம், பயத்தின் சகோதரிகள் யார்?"

"நிச்சயமாக கவலை என்றும், *என் உள்ளத்திலுள்ள முடிச்சாகிய* – நம்பிக்கையின்மை, பாதுகாப்பின்மை, பயம் என்றும் சொல்லுவேன்!"

"ஆம்!"

"ஆனால் இந்த பயம் எங்கிருந்து வருகிறது?"

"சிந்தித்துப்பார் ஜான் சிந்தித்துப்பார். இந்த *பயம்* பிதாவின் அன்பிலிருந்து வருகிறதா? இது என் இருதயத்திலிருந்தோ அல்லது ஆவியானவரின் இருதயத்திலிருந்தோ பிறக்கிறதா?"

"நிச்சயமாக இல்லை. ஆனால், இந்த பயத்தை நானே என் மனதில் உருவாக்குகிறேனா?"

"ஆம் மற்றும் இல்லை இது உன் கற்பனையின் உருவம், அது உனக்கு மிகவும் உண்மையானது. ஆனால், பயம் உங்களிடமிருந்து தோன்றவே இல்லை.

"அது 'நான் _____ அல்ல' என்ற கருப்பு நிற மெல்லிய சத்தத்திலிருந்து வருகிறதா?"

"ஆம் ஜான், பயம் அந்த மெல்லியச் சத்தத்திலிருந்து துவங்குகிறது. நீ அந்த மெல்லியச் சத்தத்தை சத்தியமென்று நம்பும்பொழுது, அதற்கு உன் வாழ்வில் இடம் கொடுத்தாய். 'நான் _____ அல்ல' என்ற மெல்லியச் சத்தம் ஒரு பொய். நீ அதை நிஜமென்று அங்கிகரிக்கும் வரை, அதற்கும் நிஜத்திற்கும் சம்பந்தமில்லை. அதை நம்பி உன் வாழ்வில், உன் உலகத்தில், உன் உறவுகளில் நீ இடம் கொடுக்கிறாய்."

"நான் இந்த மெல்லியச் சத்தத்தை கேட்பதற்கு மறுக்க கற்றுக்கொண்டால், பயம் போய்விடுமா? நான் பிதாவின் அன்பைப் பெற முடியுமா?"

“ஆம் மற்றும் இல்லை. இது சரியான இறையிலுக்கான நேரம்.”

“இறையியலா!”

“ஆம் ஜான், உன்னுடைய இறையியல் மிக கொடூரமானது. இந்த மெல்லிய சத்தம் ‘நான் __________ அல்ல’ என்று சொல்வதையும், பயத்தை துவக்கிவிடுவதையும் தாண்டி அதிகமான காரியங்களைச் செய்கிறது. அந்த மெல்லிய சத்தத்தின் மேலுள்ள உன் விசுவாசமும், உன் பயமும் இணைந்து தேவனைப் பற்றிய உன் எண்ணத்தை மாற்றியமைத்து விடுகிறது.”

“என்ன சொல்லுகிறீர் என்று எனக்கு புரியவில்லையே?”

“நீ ஏற்கனவே சட்டங்கள் என்று சொன்னாயே, ஜான்.”

“ஆம்.”

“நான் சட்டங்களைப் பற்றியவர் என்று உனக்கு யார் சொன்னது?”

“என் பிரசங்கியார், ஞாயிறு பள்ளி ஆசிரியர், மற்றும் எனக்கு தெரிந்து எல்லோரும் உம்மைப் பற்றி அவ்வாறே சிந்திக்கின்றனர்.”

“என்னையும் என் பிதாவையும் பற்றி எல்லோரும் ஏன் அவ்வாறு நம்ப வேண்டும்?”

“அது நம்புவது ஏற்புடையதாயிருக்கிறதே.”

“ஆனால், ஏன் ஜான், தேவன் முற்றிலும் சட்டங்களைப் பற்றியவர் என்பது உனக்கு ஏன் நம்பத்தகுந்ததாயிருக்கிறது?”

“ஆம், நிச்சயமாக ஒரு காரியத்திற்காக, இது அவமரியாதையல்ல. ஆனால் ஐயா, அந்த ‘பெரிய பத்து’ எனப்படும் பத்து கட்டளைகள், கற்களில் எழுதி எங்கும் தொங்கவிடப்பட்டுள்ளதே.”

“சட்டங்கள், ஜான், எப்பொழுதும் அன்பை பின்பற்றும். பிதா எப்பொழுதும் நேசிக்கிறவராயிருக்கிறார்; எனவே அவரது அன்பை பெற்றுக்கொண்டு அதன் சந்தோஷத்தில் வாழ்வது எப்படி என்பதைப் பற்றிய வழிகாட்டுதல்களை அவர் கொடுக்கிறார். ஆனால் நீ சொல்வதைப் போன்று அந்த ‘பெரிய பத்தை’, ‘நானே உன் தேவனாகிய ஆண்டவர்’ என்பதை, ஏன் இப்பிரபஞ்சத்திற்கு இறங்கி வந்த சிறந்த செய்தியாக மக்கள் பார்ப்பதில்லை? ஜான், இது பிதா இஸ்ரவேலை நேசிப்பதைப் பற்றி பேசுவதாகும். ஆனால், மக்கள் ஏன் அன்பை தாண்டி சட்டங்களின் மேல் கவனம் செலுத்துகிறார்கள்?”

“நான் இதற்குமுன் இதை யோசித்ததேயில்லை. சட்டங்கள் அன்பை பின்தொடர்கிறது. பிதாவின் அன்பை தவறவிட்டால், நமக்கு மீதமிருப்பது சட்டங்கள் மட்டுமே, சட்டங்களை நாம் பின்பற்றுவதில்லையென்றால், நாம் தோல்வியாளர்களாய் விடப்படுகிறோம். ஓ... இது நல்ல வருத்தம்தான்! அதை நான் இப்பொழுது பார்க்கிறேன். இந்த தோல்வியை அந்த மெல்லிய சத்தம் எடுத்து, தேவனைப்பற்றிய நம் எண்ணத்தை மாற்றி, நம் மனதில், பயத்தை உருவாக்கி, ‘நான் __________ அல்ல’ என்பதாய் நம் காதில் மெல்லிய சத்தத்தில் பேசுகிறது. அந்த சத்தம் மேலும் பயத்தை அதிகரிக்கிறது. “நான் ஒரு தோல்வியாளன், தேவனால் கூட என்னை நேசிக்க முடியாது” என்னும் *சிந்தையின் முடிச்சை* தவிர நமக்கு செல்ல வேறு இடமில்லாமல் போகிறது.”

“நீ புரிந்து கொண்டாய் ஜான்.”

“என் வாழ்வு முழுவதும் இந்த முடிச்சிலிருந்து ஓடுவதாகவே இருந்துள்ளது. நான் என்னை நிரூபிக்க முயற்சித்தேன். நான் இந்த வலியை தீர்த்துவிட முயற்சித்தேன். நான் ஒளிந்துகொள்ள முயற்சித்தேன். எனவே, நான் என்னை மறைத்துகொண்டு, என் சொந்த உலகிற்குள் திரும்பிவிடுகிறேன். ஆகவே, மற்றவர்களின் உள்ளான உலகத்தை கையாள்வதில் என்னை அலுவல் மிகுந்தவனாய் வைத்துக்கொண்டேன். என்ன ஒரு

குழப்பமான நிலை. இவை அனைத்தும் என் பயத்தை அடிப்படையாகக் கொண்டது. மேலும், இந்த குழப்பம், நான் பயப்பட இன்னும் பல காரணங்களைக் கொடுக்கிறது.''

"ஒரு முடிவில்லா வட்டம்.''

"நான் அந்த மூன்று வலிகளையும் பார்க்கத் துவங்குகிறேன் என்று நினைக்கிறேன். பிதாவின் தேவையான அம்பலமாக்கும் அன்பிலிருந்து வரும் ஒரு வலி. 'நான் ___ அல்ல' என்று தீமையானவன் மெல்லிய சத்தத்தினால் சொன்னதால் வரும் வலி மற்றும் அதன் பயத்தால் நாம் உருவாக்கிய பொய்கடவுளிடமிருந்து ஓடி ஒளித்துக்கொள்ள, நம் வாழ்வு மற்றும் உறவுகளில் நாம் ஏற்படுத்தும் குழப்பத்திலிருந்து வரும் வலி.''

"நல்லது, ஜான், நல்லது.''

"எனவே நம் வலியை நிறுத்த, நாம் அதிலிருந்து ஓடக்கூடாது, நாம் அதை சந்திக்க வேண்டும். அதை உணர வேண்டும். அதன் பிறப்பிடம் எந்த நம்பிக்கையிலிருந்து வருகிறது என்பதை நாம் கண்டறிந்து, தேவனைப் பற்றிய நம் யோசனையை மீண்டும் சிந்திக்கவேண்டும். பின்பு, நாம் அந்த வலியில் செய்தவற்றை பிதாவிடம் கொண்டுவந்து, அவருடைய அன்பை மீண்டும் பெற்றுக்கொள்ள வேண்டும்''

"சரியாக சொன்னாய், ஜான். உன் வலியில் நீ உருவாக்கிக் கொண்ட உன் காயங்களுக்கு என்ன திருத்தம் செய்ய முடியுமோ அதை செய்.''

"ஆனால் எங்களால் பிதாவை காணமுடியாவிடில் என்ன நடக்கும்? நாங்கள் காரிருளில் மிகவும் சிக்கிக்கொண்டவர்களாய் இருந்து, அதன் பொய்க்கடவுளிடமிருந்து தப்பிக்க முடியாமலிருந்தால் என்ன நடக்கும்?"

"அதை நான் பார்த்துக் கொள்கிறேன் ஜான். நான் பிதாவை அறிந்திருக்கிறேன். நான் அவர் முகத்தைப் பார்க்கிறேன். என் சொந்த அனுபவத்தால் உன்னை உன் காரிருளில் கண்டுபிடிப்பது எப்படி என்று எனக்குத் தெரியும். பிதாவைக் குறித்த அறிவை, உன்னுடைய இருதயத்திற்குள் எப்பொழுதும் நான் வெளிப்படுத்துவேன். நீ என்னையும், எனது அம்பலமாக்கும் அன்பையும், எல்லாவற்றையும் அரவணைக்க தெரிந்துகொண்டால் போதும்.''

"என் காரிருளில் நீர் என்னை எப்படிக் கண்டுபிடிப்பீர்?''

"இது ஒரு பெரிய கதை ஜான். இப்போதைக்கு பரிசுத்த ஆவியானவர் புத்திசாலி என்பதை மட்டும் அறிந்துகொள், அவருக்குள், நான் எல்லா இடத்திலும் – எங்கும் நிறைந்திருக்கிறேன். நான் ஏற்கனவே உன் காரிருளில் இல்லாதிருந்தால், உனக்கு வலியே ஏற்பட்டிருக்காது.''

•••

"இப்பொழுது நீ திரும்பி செல்ல வேண்டிய நேரம் வந்துவிட்டது ஜான்.''

"*திரும்பச் செல்வதா*! ஆனால் இயேசுவே, இது எல்லாம் உமக்கு ஒன்றாகவே இருந்தால், நான் இன்னும் சற்றுநேரம் இங்கேயே இருந்து உம்மோடு பேச விரும்புகிறேன். எனக்கு இலட்சக் கணக்கான கேள்விகள் உண்டு. நான் பரலோகம் மற்றும் நரகத்தைப் பற்றி எப்போதும் ஆச்சரியப்பட்டதுண்டு.''

"உனக்கு கொடுக்கப்பட்டது எங்கே என்பதும் நீ எங்கே இருக்கிறாய் என்பதும், விசித்திரமாய் இருக்கிறதல்லவா, ஜான்? உனக்கு கேள்விகள் உண்டென்பதும், என்னிடம் பதில்கள் உண்டென்பதும், நமக்கு நேரமுண்டு என்பதையும் நான் அறிந்திருக்கிறேன். நான் அதைப் பார்த்துக்கொள்கிறேன்.''

"ஆனால், எனக்கு நீர் இங்கு மிகவும் உண்மையாய் இருக்கிறீர்.''

"அப்படியென்றால், நான் அங்கு உண்மையாயில்லை என்று நீ நினைக்கிறாயா? இப்பொழுதுதான் நான் உனக்குச் சொன்னேன் - 'நான் எங்குமிருக்கிறேன்'

என்று. ஆவியின் ஐக்கியத்திலே என் பிதாவோடுள்ள என்னுடைய ஜீவனை நான் அனைவரோடும் பகிர்ந்து கொள்கிறேன். அங்கிருந்துதான் உன் ஐக்கியம், சந்தோஷம், உன் ஆர்வங்கள், உன் பாரங்கள், உன் அன்பு அனைத்தும் பிறக்கிறது. இவை அனைத்தும் நான் இவ்வுலகத்தோடு பகிர்ந்துகொள்ளும், பிதாவின் இருதயத்தைப் பற்றி என்னுடைய அறிவிலிருந்து பிறக்கிறது.''

"ஜான், நான் உன்னை விட்டு விலகுவதுமில்லை, உன்னை கைவிடுவதுமில்லை. நான் எப்போதும் என்னையும், என் பிதாவோடுள்ள அனைத்தையும் உன்னோடு பகிர்ந்துகொள்வேன். என்னிடமிருந்து ஓடாதே. குறிப்பாக, பிதாவின் அன்பு உன்னைக் காயப்படுத்தும்பொழுது ஓடாதே. என்னை அணைத்துக்கொள். என் ஜீவனில் பங்குபெற உன்னை நீயே ஒப்புக்கொடு.''

"நீ முதலாவது என்னை, ஜேனின் பச்சை நிற கண்களில் பார்ப்பாய். அதன் பின் அதை கேட்டு, பார்த்து, வாழ்ந்திடு.''

"இம்மானுவேல் என்பது ஒரு தத்துவமல்ல ஜான். இம்முறை அந்த மெல்லிய சத்தம் உன்னை மரணத்திற்கு நடத்தாமல் பார்த்துக்கொள்.''

"ஜான் என்ற உன் பெயருக்காக – யோவான் 14:20ஐ வாசி.''

சார்லி, ஜானின் மடியில் குதித்து அவர் முகத்தை நக்கியது. அதன் முகம் ஒரு வெட்கமில்லா சந்தோஷத்தால் ஜொலித்தது. அதுதான் பிரபஞ்சத்திலேயே சந்தோஷமான நாய். ஜான், சார்லியை நீண்ட நேரம் கட்டிப்பிடித்து, நான் போய்வருகிறேன் என்பதைப் போன்று மெல்லிய சத்தமாய் அதன் காதுகளில் ஏதோ ஒன்றை சொன்னார். ஜான் மீண்டும் இயேசுவின் பக்கமாய் திரும்பினார். ஜானின் தோலின் மேல் தன் வலது கையை வைத்து, "எழும்பு, *என் பிரியமே,* என் அன்பை பெற்றுக்கொண்டு வாழ்ந்திடு" என்று இயேசு சொன்னார்.

"*ஜான்!, ஜான்!* உங்கள் குரட்டை சத்தம் செத்தவனை எழுப்பி விடும் போல் இருக்கிறது'' என்று ஜேன் அவரை உலுக்கி, "*எழும்பு! எழும்பு!*' என்று சொல்லும் சத்தம் கேட்டது.

தன் கண்களைத் திறந்து, ஜேனின் முகத்தைப் பார்ப்பதை ஜானால் நம்ப முடியவில்லை. தனக்குத்தானே புன்னகைத்துக்கொண்டு, மீண்டும் சரிபார்த்துக்கொண்டு, ஜேனின் பச்சை நிற கண்களுக்குள் பார்த்தார்.

"குரட்டைக்கு மத்தியில் நீங்கள் ஏதோ ஒரு நல்ல கனவைப் பார்த்ததைப் போல் தெரிகிறதே.''

"ஆம் ஜேன், நீ நம்பமாட்டாய். நான் மிகவும் அற்புதமான ஓர் கனவு கண்டேன்: நான் இயேசுவையும், என் பழைய நாயாகிய சார்லியையும் பார்த்தேன்.'' ஜான் தன் தலையை அசைத்து, பாதி சிரித்து, பாதியை புரிந்துகொள்ள முயற்சித்தார். அது கனவுதானா என்பதை பற்றிய நிச்சயமில்லை. தன் தலையின் பின் பகுதியைத் தொட்டுப் பார்த்து, தன் ஒட்டக முடி மேலாடையையும், ஜேனையும் பார்த்தார்.

"*என்ன?* ஏன் என்னை அப்படி பார்க்கிறீர்கள்?''

"மன்னித்துவிடு, ஜேன், நான் எதையும் குறிப்பாக நினைக்கவில்லை, இது உண்மைதானா என்பதை நிச்சயித்துக் கொண்டேன் வேறொன்றுமல்ல.''

"*உண்மையா?* ஏன் இது உண்மையாக இருக்கக் கூடாது, ஜான்?''

"உனக்கு யோவான் 14:20 தெரியுமா?''

"இல்லை, ஏன்?''

"நாளைக்கு நாம் ஒரு நீண்ட நெடிய உரையாடலை வைத்துக்கொள்வோம், இப்பொழுது நான் சோர்வாயிருக்கிறேன்.''

ஜான் ஜேனின் கைகளைப் பிடிக்க சென்றபொழுது அவள் மோதிரத்தைப் பார்த்தார். அது தங்க நிறத்தில் சூரியனைப் போல் மின்னியது. அவர் சிரித்துக்கொண்டே, தலையை அசைத்து சார்லியின் முகத்திலிருந்த அந்த பார்வையைக் கற்பனை செய்து சிரித்துக்கொண்டே இருந்தார்.

ஜான் தன் கைகளை ஜேனின் மீது வைத்து, அவள் கன்னத்தில் முத்தமிட்டு, அவளை அணைத்துக்கொண்டு, அவளுடைய பச்சை நிற கண்களைப் பார்த்து, "தேவனே, நான் உன்னுடைய கண்களை நேசிக்கிறேன்" என்றார்.

"இத்துனை ஆண்டுகளில் முதன்முறையாக, நான் வாழ விரும்புகிறேன், நான் வாழவேண்டும், இப்பொழுது வாழ்வது *எப்படியென்று எனக்குத் தெரியும்.* நான் உனக்கு அதை சொல்கிறேன்."

அவர்கள் படுக்கை அறைக்கு சென்று, தங்கள் அறையின் விளக்கை அணைத்துவிட முயன்றபோது, ஜான் மீண்டும் அந்த மரங்களுக்குள், குரைக்கும் சத்தத்தைக் கேட்டார்.

ஜானின் சிந்தனைகளுக்குள் குறுக்கிட்டு, "இன்று நீங்கள் முற்றத்தில் வேலை செய்தீர்களா?" என்று ஜேன் கேட்டார்.

"இல்லை, ஏன் கேட்கிறாய்?"

"உங்கள் விரல் நகங்களுக்கு கீழே மண் இருக்கிறதே – அது எப்படி என்று ஆச்சரியப்படுகிறேன்."

சிந்தனைக்கான கேள்விகள்

1. சார்லி மரத்தை சுற்றிவந்து ஜானின் மடியில் தாவியப்போது நீங்கள் என்ன உணர்ந்தீர்கள். இந்த உணர்வுகள் உங்களைப்பற்றி உங்களுக்கு என்ன சொல்லுகிறது? உங்களால் ஜானோடு பேச முடியுமானால், நீங்கள் அவரிடம் என்ன கேட்பீர்கள்?

2. நீங்கள் திருமணம் செய்துக்கொண்ட மெல்லியச் சத்தம் என்ன?

3. உங்கள் அன்பின் பிறப்பிடம் எது? ஒரு கிறிஸ்தவரல்லாத ஒரு தாய், தன் பிள்ளைகளுக்கு காண்பிக்கும் அன்பைப் பற்றி நீங்கள் என்ன நினைக்கிறீர்கள்?

4. இந்த வாக்கியத்தின் வித்தியாசமான பாகங்களை கவனமாய் சிந்தியுங்கள்: "ஜான், கவனி, இந்த பிரபஞ்சத்தில் ஒரே ஒரு அன்பு மட்டுமே உள்ளது, அது பிதா, குமாரன் மற்றும் பரிசுத்த ஆவியானவருடைய அன்பு. இந்த அன்பே எல்லோரோடும் பகிரப்படுகிறது. நான் அதைத் தனிப்பட்ட விதத்தில் கவனிக்கிறேன். உனக்கும் இந்த முழு உலகத்திற்குமான பிதாவின் கனவு என்னவென்றால், எங்களுடைய இந்த அன்பு, அழகு, ஜீவன் மற்றும் நன்மையால் நிறைந்தவர்களாய் வாழ வேண்டுமென்பதே. நீ உனக்கான அவருடைய அன்பையும், அவருடைய சந்தோஷத்தையும் பெற்றுக்கொண்டு, மற்றவர்களை அவருடைய அன்பால் அன்புகூர்ந்து வாழ வேண்டுமென்று அவர் விரும்புகிறார். இதற்காகவே நான் மனிதனானேன், ஜான்."

5. மனித வரலாற்றின் முக்கியமான நோக்கம் அல்லது அர்த்தம் என்ன?

6. ஜேனுடனான ஜானின் உறவு எவ்விதத்தில் மாறும்?

7. புதிய ஜான், திருச்சபையோடு எவ்வாறு நல்ல விதத்தில் நடந்துக்கொள்வார்?

8. ஆவிக்குரிய வலி என்பது அகற்றப்படவேண்டிய எதிரியா அல்லது அரவணைக்கப்பட வேண்டிய விசித்திரமான நண்பனா? நம் வலியை சந்திப்பதைப் பற்றி நாம் அச்சம் கொள்வது ஏன்? மதம் என்பது, நம் வலியை நாமே அகற்றிக்கொள்ள, தேவனின் நாமத்தால் நாம் எடுக்கும் ஓர் முயற்சியா?

9. பிதா, குமாரன் மற்றும் பரிசுத்த ஆவியானவர் உங்களோடு உங்களுடைய காரிருளில் தொடர்புப்படுத்துகிறார்களா? அல்லது, உங்களை நீங்களே மற்றவர்களுக்கு காண்பிக்கும் அந்த போலித்தன்மையோடு தொடர்புப்படுத்துகிறார்களா?

10. பிதா உங்களை நேசிக்க விடாமல் தடுப்பது எது?

மேலும் பரிந்துரைக்கப்படும் புத்தகங்கள்

அதனெசிஸ். *ஆன் தி இன்கார்னேஷன்.* லண்டன்: ஏ.ஆர். மௌப்ரே & கம்ப்., 1963.

பார்த், கார்ல். "தி கவனெண்ட் அஸ் தி பிரிசப்போசிஷன் ஆஃப் ரிகன்சிலியேஷன்." *சர்ச் டாக்மேடிக்ஸ்* IV/1 இல். எடின்பர்க்: டி & டி கிளார்க், 1963, பக். 22–54.

______. "தி வே ஆஃப் தி சன் ஆஃப் காட் இன்டு தி ஃவார் கன்ட்ரி." *சர்ச் டாக்மேடிக்ஸ்* இல் IV/1. எடின்பர்க்: டி & டி கிளார்க், 1963, பக். 157–211.

______. "தி ஹோம்கம்மிங் ஆஃப் தி சன் ஆஃப் மேன்." *சர்ச் டாக்மேடிக்ஸ்* IV/2 இல், எடின்பர்க்: டி & டி கிளார்க், 1963, பக். 36–116.

ப்ளூ, கென். *ஹீலிங் ஸ்பிரிட்சுவல் அபியுஸ்.* டவுனர்ஸ் க்ரோவ்: இன்டர்வர்சிட்டி பிரஸ், 1993.

கேபன், ராபர்ட் ஃபரார். *பரபில்ஸ் ஆஃப் கிரேஸ்.* கிராண்ட் ரேபிட்ஸ்: எர்ட்மேன்ஸ், 1988.

எல்ட்ரெட்ஜ், ஜான். *வாக்கிங் தி டெட்.* நாஷ்வில்லே: தாமஸ் நெல்சன் பப்ளிஷர்ஸ், 2003.

எர்ஸ்கின், தாமஸ். *தி அன்கன்டிஷனல் பிரினெஸ்* ஆஃப் தி காஸ்பல். எடின்பர்க்: வாக் மற்றும் இன்னஸ், 1829. **<www.perichoresis.org>** இல் கிடைக்கிறது.

லூயிஸ், சி.எஸ். *தி வெயிட் ஆஃப் க்ளோரி அண்ட் அதர் எஸ்செஸ்*-இல் "தி வெயிட் ஆஃப் க்ளோரி". கிராண்ட் ரேபிட்ஸ்: எர்ட்மேன்ஸ், 1965, பக். 1–15.

______. *தி கிரேட் டிவோர்ஸ்.* நியூயார்க்: கோலியர் புக்ஸ், 1946.

______. *டில் வி ஹவ் பெசஸ்.* நியூயார்க்: ஹார்கோர்ட் பிரேஸ் ஜோவனோவிச், 1980.

மெக்டொனால்ட், ஜார்ஜ். *தி கம்ப்ளீட் ஃவரி டேல்ஸ்.* லண்டன்: பெங்குயின் புக்ஸ், 1999.

மேனிங், பிரென்னன். *அப்பா'ஸ் சைல்ட்.* கொலராடோ ஸ்பிரிங்ஸ்: நவ்பிரஸ், 2002.

பெய்ன், லீன். *தி ஹீலிங் ப்ரெசென்ஸ்.* கிராண்ட் ரேபிட்ஸ்: பேக்கர் புக்ஸ், 1989.

ஸ்மாயில், தாமஸ். *தி ஃவர்காட்டன் பாதர்.* லண்டன்: ஹோடர் மற்றும் ஸ்டோட்டன், 1987.

______. *ஒன்ஸ் அண்ட் ஃவார் ஆல்: எ கன்பெஸ்ஷன் ஆஃப் தி கிராஸ்.* யூஜின்: **Wipf**

& ஸ்டாக், 1998 டோர்ரன்ஸ், ஜே.பி ஒர்ஷிப், கம்யூனிட்டி அண்ட் தி ட்ரையூன் காட் ஆஃப் கிரேஸ். டவுனர்ஸ் க்ரோவ்: **IVP**, 1996.

டோரன்ஸ், ஜே.பி. *ஒர்ஷிப், கம்யூனிட்டி அண்ட் தி ட்ரையூன் காட் ஆஃப் கிரேஸ்.* டவுனர்ஸ் க்ரோவ்: இன்டர்வெர்சிட்டி பிரஸ், 1996.

டோரன்ஸ், டி.எஃப். *தி மீடியேஷன் ஆஃப் கிறிஸ்ட்.* கிராண்ட் ரேபிட்ஸ்: எர்ட்மேன்ஸ், 1983.

_____. *பிரீசிங் கிரைஸ்ட் டுடே* கிராண்ட் ரேபிட்ஸ்: எர்ட்மேன்ஸ், 1994.

_____."தி ரிசரக்சன் அண்ட் தி பெர்சன் ஆஃப் கிரைஸ்ட்" மற்றும் "தி ரிசரக்சன் அண்ட் தி அட்டோனிங் ஒர்க் ஆஃப் கிரைஸ்ட்", *ஸ்பெஸ், டைம் அண்ட் ரிசரக்சன்.* எடின்பர்க்: தி ஹேண்ட்செல் பிரஸ், 1976, பக். 46–84.

_____. *தி ட்ரினிடேரியன் பெய்த்: தி இவாஞ்சேலிக்கல் தியாலஜி ஆப் தி ஏன்சியன்ட் கதலிக் சர்ச்.* எடின்பர்க்: டி & டி கிளார்க், 1988.

மேலும் தொடர்ந்து வாசிக்க, எங்கள் வலைத்தளத்தைப் பார்வையிடவும்: <www. perichoresis.org>.

அனைத்து உலகங்களையும் கடந்து என்னும் இப்புத்தகத்தைப் பற்றிய கருத்துக்கள்

“பேக்ஸ்டர் க்ரூகர் அவர்கள் அற்புதமான ஒன்றை பார்த்ததினால், அதை நீங்களும் பார்க்க வேண்டும் என்று விரும்புகிறார். இப்பிரபஞ்சத்தின் மையத்தில் உறவுகளின் தொடர்பொன்று உண்டு. பிதா, குமாரன் மற்றும் பரிசுத்த ஆவியானவர் தமது அன்பினால் உங்களை சிருஷ்டித்து, அவர்களுடைய அன்பை உங்களோடு பகிர்ந்து கொள்கின்றனர். இதை சாத்தியமாக்க வேண்டிய அனைத்தையும் இயேசு செய்து முடித்துள்ளார். இதை விட சிறந்தது, பெரியது வேறொன்றுமில்லை.”

-கென் புளூ, ஆவிக்குரிய துஷ்பிரயோகத்தை சுகமாக்குதல் மற்றும் சுகமாக்கும் அதிகாரம், ஆகிய புத்தகங்களின் ஆசிரியர் (சான் டியாகோ, காளிஃபோர்னியா)

“’பகலவன் தெரியும் வரை இருளை உதைக்க வேண்டும்’ என்போருக்கு, பேக்ஸ்டர் க்ரூகர் அவர்களின், அனைத்து உலகங்களையும் கடந்து’ என்ற புத்தகம் ஒரு இரும்பால் செய்யப்பட்ட காலணியாகும்.”

-ஸ்டீவ் பெல், பாடகர், பாடலாசிரியர் (வின்னிப்பெக், கனடா)

“மதநிலத்தின் கறைபடிந்த கண்ணாடி வழியாய் பார்க்கும் ஓர் சிதைந்த பந்தும், பாவத்தால் நோயுற்ற ஆத்துமாவை சுகமாக்கும் தைலமும் ஆகும். இது எப்படி சாத்தியமாகும்? அனைத்து உலகங்களையும் கடந்து’ என்ற இந்த புத்தகம் பாக்ஸ்டர் க்ரூகர் அவர்களின் சிறந்த புத்தகமாகும்.“

-பெர்ட் கேரி, நடைமுறைக்கு மாறான இயேசு புத்தகத்தின் ஆசிரியர் (ஃபுலோரன்ஸ், மிசிஸிப்பி)

அனைத்து உலகங்களையும் கடந்து என்ற இந்த புத்தகம் நம்மை எதிர்கொள்ளும் ஒரு புத்தகமாகும். ம்டை. பேக்ஸ்டர் க்ரூகர் அவர்கள், கடவுளைப் பற்றிய நமது கந்தையான கட்டுமானங்களின் இருளைவிட்டு வெளியேறி, இயேசு அறிந்த பிதாவின் பகல் வெளிச்சத்திற்கு வர அழைக்கிறார். இயேசுவின் முகத்தில் பிதாவைப் பார்ப்பதென்பது, ஒரே நேரத்தில் அழிவுகரமானதையும், அற்புதமானதையும் சந்திப்பதைப் போன்றதாகும். நம் மறுதலிப்பின் பெரிய கட்டிடங்களை அழிப்பதாயும், இயேசுவின் கண்களில் பிதாவைக் காண்பது என்பது அற்புதமானதாயும் இருக்கிறது.

பேக்ஸ்டர் க்ரூகர் அவர்கள் குறிப்பிடுவதைப் போல், பாவம் என்பது ஒரு மீறப்பட்ட சட்டப்பட்டியலைக் காட்டிலும் பெரியது. அது, அடிப்படையில் மனிதனின் கண்களை குருடாக்கி, இருதயங்களை திரித்து, பிதாவை இருக்கிற விதமாய் அறிந்து கொள்ளாதபடி அதன் சாத்தியக்கூறுகளிலிருந்து நம்மை தற்காக்கும் குறைபாடாயுள்ளது. அதன் தீர்வும், மன்னிப்பு மற்றும் நியாயந்தீர்த்தலைத் தாண்டி செல்கிறது. இயேசு கிறிஸ்து, பிதாவைப் பற்றிய வடிகட்டாத நம் பொய்யான பார்வைக்குள் இறங்கி, பிதாவின் இருதயத்தைப் பற்றிய தமது அறிவோடு நம்மையும் இணைத்துக்கொள்கிறார்.

“அனைத்து உலகங்களையும் கடந்து” என்ற இந்த புத்தகம், பிதா, குமாரனை நேசிக்கும் விதமாகவே நம்மை எப்போதும் நேசிக்கிறார் என்பதை முன்வைக்கிறது. நாம் விசுவாசத்திற்குள் வந்தப்பொழுது அவர் நம்மில் அன்புக் கூறவில்லை, நாம்

மனந்திரும்பியப் பிறகு நமக்கு மன்னிப்பை அருளவில்லை, அல்லது நாம் ஞானஸ்நானம் பெற்ற பொழுது அவர் தமது ஜீவனுக்குள் நம்மை உட்படுத்திக்கொள்ளவில்லை. இவை அனைத்தும், ஏற்கனவே மாம்சமான கிறிஸ்துவின் ஜீவன், மரணம், உயிர்த்தெழுதல் மற்றும் எடுத்துக்கொள்ளப்படுதல் ஆகியவற்றில் முடிந்தது. அவர் ஏற்கனவே நம்மை நேசித்ததை விட அதிகமாய் மற்றுமொரு முறை நம்மை நேசிக்கமுடியாது. பிதா, இப்பொழுது இருப்பதைக் காட்டிலும், நல்லவராகவோ அல்லது தீயவராகவோ மாற முடியாது. ஏனென்றால், அவர் மாறாதவராயிருக்கிறார். இந்த மாறாதத் தன்மை என்பது, தேவனின் மற்றெந்தத் தன்மையைப் போல அவருடைய மாறாத அன்புக்கும் பொருந்தும். தேவன் அன்பாகவே இருக்கிறார். என்றென்றும், எப்பொழுதும் அவருடைய அனைத்துச் செயல்களும் அன்பை மையமாய்க் கொண்டதாகவே இருக்கிறது. இயேசு, பிதாவின் அன்பைப் பற்றிய தமது அறிவை நம்மோடு பகிர்ந்துக்கொள்கிறார். இதைப்பற்றிய உணர்வடைவதே மெய் விசுவாசமாகும்.

அனைத்து உலகங்களையும் கடந்து என்ற இந்த புத்தகம், ஒரு வாழவேண்டிய சத்தியமாகும். உங்களுக்கு நம்பத் தைரியமிருந்தால் வாசியுங்கள்."

-டேவிட் கோவாலிக், 'தி பிஷ் கேட்' திருச்சபையின் போதகர் (அடிலெய்ட், தென் ஆஸ்திரேலியா)

"திருச்சபையின் திரித்துவ உபதேசத்தை எதிர்கொள்வதிலும் அதன் வளர்ச்சியிலும் முக்கியப் பங்காற்றிய மிகவும் பிரசித்திப்பெற்ற ஆதித்திருச்சபைத் தலைவர்களுள் ஒருவர்தான் அத்தனேசியஸ். திரித்துவத்தின் உபதேசத்தை முழுமையாகவும் கறைபடாததாகவும் பாதுகாப்பதற்காக, ஆரியவாதம் எனும் சக்தி மற்றும் அநேக மதக்கொள்கைகளுக்கு விரோதமாக உறுதியாகவும் மிகுந்தக் கட்டுப்பாட்டோடும் நின்றமைக்காக, "அத்தனேசியஸ் கான்ட்ரா மண்டம்" (உலகத்திற்கு எதிரான அத்தனேசியஸ்) என்ற முத்திரையையும் பெற்றுக்கொண்டார். அந்த வகையில், திரித்துவ தேவனின் தன்மையைத் தெளிவாக வெளிப்படுத்துவதற்காக, முனைவர் க்ரூகர் அவர்கள், எல்லா நிராகரிப்புகளையும் தாண்டி, முன் வைத்த காலைப் பின் வைக்காமல், மிகுந்த தைரியத்தோடு நின்றமைக்காக, அவருக்கு, "க்ரூகர் கான்ட்ரா மண்டம்" என்று பட்டமளிக்கலாம். ஆனால், உண்மையைச் சொல்ல வேண்டுமென்றால், க்ரூகர் அவர்கள், சமகால இறையியலாளர்கள் எல்லோருக்கும் மேலான சிந்தனையுடையவராய் இருப்பதால், இதைவிட மேலான பட்டத்தை கொடுக்கலாம். க்ரூகர் அவர்களின் அனைத்து எழுத்துக்களும், கோட்பாட்டளவில் நேர்த்தியான மனுக்குலத்தின் மீது தங்கள் ஆர்வத்தைக் காட்டாமல், நம் அனுதின வாழ்க்கையின்மீது அன்பும் அக்கறையும் ஆர்வமும் கொண்ட பிதா, குமாரன், பரிசுத்த ஆவியானவரில் அசைக்க முடியாத வேர்கொண்டு இருக்கிறது. அது குழந்தையைக் குறித்ததோ அல்லது ஒரு விளையாட்டைக் குறித்ததோ அல்லது ஒரு ஓடையைக் குறித்ததோ, திரியேகத் தேவன், இவ்வுலகில் நம்முடைய பங்களிப்புக்காக மிகுந்த ஆவலுடன் காத்துக்கொண்டிருப்பதைப் பற்றி அதிக வெளிச்சத்தைக் கொடுக்கிறார் முனைவர் க்ரூகர். அனைத்து உலகங்களையும் கடந்து' (புத்தக தலைப்பை நேர்த்தியாக வைத்ததற்காகவே "க்ரூகர் கான்ட்ரா மண்டம்" என்று பட்டத்திற்குத் தகுதியானவர்தான் என்று காண்பிக்கிறது) என்ற இந்த புத்தகத்தில், நமது வாழ்வின் சந்தோஷம் மற்றும் வலி போன்ற யாவற்றையும் மிகவும் அழகாக ஒவ்வொரு பக்கத்திலும் சித்தரிப்பதினால், மாபெரும் நடனத்தில் நாமும் இப்பொழுதுப் பங்குபெறும்படி இப்புத்தகம் நமக்கு அழைப்பு விடுக்கிறது. பயம் மற்றும் நிராகரிப்பு எனும் சுவர்களின்

மீது சாய்ந்துகொள்வதைக் காட்டிலும், முனைவர் க்ரூகர் அவர்களின் அழைப்புக்கு இணங்கி, ஆடவே தெரியாவிட்டாலும், ஆடும் களத்தில் இறங்கிவிடும்படி உங்களை உற்சாகப்படுத்துகிறேன். ஆட்டம்பாட்டம் தொடங்கிவிட்டது. வந்து மகிழ்ச்சியோடு அனுபவியுங்கள்.
- டேவிட் ஜென்னிங்ஸ், வழக்கறிஞர் (வான்கோவர், பி.சி).

“அனைத்து உலகங்களையும் கடந்து’ என்ற புத்தகத்தின் மூலம், பாக்ஸ்டர் க்ரூகர் அவர்கள், நம்முடைய இருதயம், வாழ்க்கை மற்றும் முக்கியமாக நமது காரிருளில், ஆண்டவராகிய இயேசு கிறிஸ்துவின் வேலையைக் குறித்த புதியக் கண்ணோட்டத்தின் பயணத்தில் நம்மை எடுத்துச் செல்கிறார். பிறகு, ஏட்டில் இருந்தச் சத்தியத்தை, நம் கண்களுக்கு முன்பதாகவே படமாக மாற்றி காண்பிக்கிறார். இது, நம்முடைய இருதயத்திலும் மனதிலும் சத்தியத்தை ஆழமாகப் பதிக்கிறது. பிற்பாடு, அது நம்முடைய கற்பனையை ஆக்கிரமிக்கிறது. இதினிமித்தம், புதிய இறையியலானது, அறிவுப்பூர்வமான கலந்துரையாடலிலிருந்து தனிப்பட்ட விதத்தில் நமக்குச் சம்பந்தப்படுத்தி காண்பிக்கிறது.”
- லிடியா ட்ரோபியா, பொது கணக்கர் (டோரோன்டோ, கனடா)

சி. பாக்ஸ்டர் க்ருகரின் பிற புத்தகங்கள்

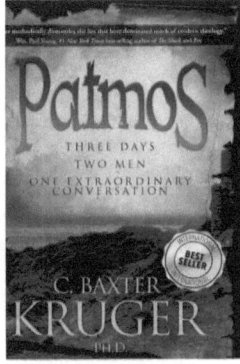

பாட்மோஸ்: திரீ டேஸ், டூ மென், ஒன் எக்ஸ்ட்ராடினரி கான்வெர்சேஷன்

எய்டன் தனது தாயகமான மிசிசிப்பியிலிருந்து வெகு தொலைவில் இருப்பதைக் கண்டதும், அவர் பாட்மோஸ் தீவில் அப்போஸ்தலன் ஜானைச் சந்திக்கிறார். நவீன உலகத்தால் தோற்கடிக்கப்பட்டு, தனது பல வருட படிப்புத் திருப்தி அளிக்கத் தவறிய பதில்களுக்காக அவநம்பிக்கையுடன், எய்டன் இயேசுவின் அன்பான சீடரின் வியக்கத்தக்க நுண்ணறிவை எதிர்கொள்கிறார். இருவரும் உண்மை மற்றும் பொய்கள், வெளிப்பாடு மற்றும் ஏமாற்றுதல், துக்கம் மற்றும் மகிழ்ச்சி ஆகியவற்றின் அசாதாரண உரையாடலைத் தொடங்குகின்றனர். இரண்டாம் பதிப்பு.

"பாட்மோஸ் என்பது ஆழமான மற்றும் ஈர்க்கும் இறையியல் மற்றும் மாற்றத்திற்கான நுழைவாயில் மருந்து!"

-டபிள்யூ. பால் யங்

#1 நியூயார்க் டைம்ஸ் தி ஷேக்கின் சிறந்த விற்பனையான எழுத்தாளர்

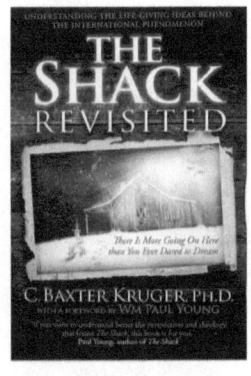

தி ஷேக் ரீவிசிட்டட்

வில்லியம் பி. யங்கின் #1 நியூயார்க் டைம்ஸின் சிறந்த விற்பனையாளரான தி ஷேக்கின் மூலம் கோடிக்கணக்கானவர்கள் ஆன்மீகப் பசியைப் பூர்த்திச்செய்துள்ளனர் - விரக்தியின் ஆழத்திலிருந்து ஒரு மனிதனின் கதை, பிதாவாகிய தேவன், குமாரனாகிய தேவன் மற்றும் பரிசுத்த ஆவியான தேவன் ஆகியோருடனான சந்திப்பினால் அவன் வாழ்வு மாற்றியமைந்ததன் மூலம் . சி. பாக்ஸ்டர் க்ரூகரின் தி ஷேக் ரீவிசிட்டட் இந்த மூன்று நபர்களைப் பற்றிய ஆழமான புரிதலுக்கு நேராக வாசகர்களை வழிநடத்துகிறது; இது தி ஷாக்கின் முக்கிய செய்தியான - தேவன் அன்பாகவே இருக்கிறார் - என்பதனோடு மிகவும் ஆழமான தொடர்பை ஏற்படுத்தி வாசகர்களுக்கு உதவுகிறது.

"பாக்ஸ்டர் க்ரூகர், தி ஷாக் உலகத்தின் அதிசயம், ஆராதனை மற்றும் சாத்தியக்கூறுகளுக்குள் ஆழமாக அழைத்துச் செல்லும் போது, அவரது தனித்துவமான அறிவாற்றலாலும், புத்திசாலித்தனத்தாலும் மற்றும் படைப்பாற்றலாலும் வாசகர்களை திகைக்க வைப்பார்."

- டபிள்யூ. பால் யங், தி ஷேக் அண்ட் ஈவ் புத்தகத்தின் ஆசிரியர்

இயேசு கிறிஸ்துவின் மத்தியஸ்தானம்

இது ஒரு முக்கியமான கேள்வி. நம்மில் பலர், ஒருவேளை நம்மில் பெரும்பாலோர், தேவனிடமிருந்து பிரிந்து செல்ல ஆரம்பித்தோம், ஏனென்றால் மேற்கத்திய திருச்சபை நீண்ட காலமாக பிரிவினையைப் பிரசங்கித்ததால், விஷயங்களைப் பார்ப்பதற்கு மாற்று வழி இருப்பதை நாம் உணரவில்லை. ஆனால், நீங்கள் பிரிவு என்னும் கண்ணாடியை எடுத்துவிட்டு ஐக்கியம் என்னும் கண்ணாடியை அணிந்தவுடன், ஓ! எப்படி எல்லாம் மாறுகிறது.

டாக்டர் சி. பாக்ஸ்டர் க்ரூகர் 30 ஆண்டுகளுக்கும் மேலாக இந்தக் கருத்தை முன்வைத்து வருகிறார். அவரது புதிய புத்தகம் "இயேசு கிறிஸ்துவின் மத்தியஸ்தானம்" என்பது அவருடைய வாழ்நாள் முழுவதுமான படிப்பு, பிரசங்கம், கலந்துரையாடல் மற்றும் ஐக்கியத்தை உணர்ந்து அதை வாழ்ந்த வாழ்க்கையின் விளைவாகும். பிதா, குமாரன் மற்றும் ஆவியின் ஐக்கியம், அனைத்து மனிதகுலத்துடனான இயேசுவின் ஐக்கியம், அதுமட்டுமில்லாமல், அனைத்து படைப்புகளுடனான ஐக்கியம்.

வெவ்வேறு கண்ணாடிகள் மூலம் விஷயங்களைப் பார்க்க இந்தப் புத்தகம் உங்களுக்கு உதவும் என்று நம்புகிறோம். இந்த கண்ணாடியின் மூலம் ஆரம்பகால சபை தகப்பன்மார்கள் இயேசுவையும், அவருடைய பிதாவையும், ஆவியையும் பார்த்தனர். எனவே, இப்புத்தகத்தின் வார்த்தைகள் உங்களுக்குள் ஆழமாக மூழ்கட்டும், ஆனால் நீங்கள் படிக்கத் தொடங்கும் முன், உங்கள் கண்களைத் திறக்க ஆவியானவரிடம் கேளுங்கள், இது உண்மையா என்று அவரிடம் கேளுங்கள்.

ராண்டி பாக்ஸ்டர்

தி கிரேட் டான்ஸ்

தி கிறிஸ்டின் விஷன் ரீவிசிட்டட்

தாய்மை முதல் பேஸ்பால் வரை, உறவுகள் மற்றும் இசையில் இருந்து கோல்ஃப் மற்றும் தோட்டக்கலை வரை, க்ரூகர் - பிதா, குமாரன் மற்றும் ஆவியின் வாழ்க்கையில் பங்குபெறுவதே மனிதர்களாக இருப்பதற்கான அவசியம் என்பதைப் புரிந்து கொள்ள வேண்டும் என்று காட்டுகிறார். படிப்படியாக, க்ரூகர் தீமையின் உத்திகள் மற்றும் நம் வாழ்க்கையில் நாம் செய்யும் குழப்பங்கள் என்ன என்பதன் வழியாக நம்மை அழைத்துச் செல்கிறார். மிக முக்கியமாக, நாம் ஏன் காயப்படுத்துகிறோம், உண்மையில் நாம் எதைப் பின்தொடர்கிறோம், எப்படி அங்கு செல்வது, மிகுதியான வாழ்க்கைக்கு இயேசு கிறிஸ்துவில் வைக்கும் விசுவாசம் ஏன் மிகவும் முக்கியமானது என்பதை அவர் விளக்குகிறார். வேகத்துடனும், கவிதையுடனும், அற்புதமான கிருபையுடனும் எழுதப்பட்ட தி கிரேட் டான்ஸ், வாழ்க்கையை நேசிக்கும் ஒரு தென்னகவாசியின் பேனா மூலம் யுகங்கள் கடந்து நம்மிடம் பேசும் பண்டைய தேவாலயத்தின் குரல். இது பாரம்பரியத்தில் மிகவும் சிறந்து விளங்கும் இறையியல், பரிச்சயமற்றதாக இருந்தாலும் அற்புதமானது; புரட்சிகரமானது; ஆழமான தனித்துவம் வாய்ந்தது; நேர்மையானது; அதேசமயம், உலகளாவிய பொருத்தமானது.ஜீசஸ் அண்ட் தி அன்டூயிங் ஆஃப் ஆடம்

ஜீசஸ் அண்ட் தி அன்டூயிங் ஆஃப் ஆடம்

ஜீசஸ் அண்ட் தி அன்டூயிங் ஆஃப் ஆடம் என்பதில், டாக்டர். சி பாக்ஸ்டர் க்ரூகர், மேற்கத்திய திருச்சபையில் உள்ள அனைத்து பாவங்களுக்கெல்லாம் பாவமாக அவர் கருதுவதை நோக்கமாகக் கொள்கிறார். நீங்கள் ஒரு பைபிள் விசுவாசியாக இருந்தாலும், நம் பிதா நம்மை ஏற்றுக்கொள்ளும்படி சமாதானப்படுத்த வேண்டும் என்றும், இயேசு சிலுவையில் பாடுபட்டது அவருடைய பிதாவிடமிருந்து வந்தது என்றும் நீங்கள் நம்புவதற்குச் சங்கடமாக உணர்ந்தால், இந்தப் புத்தகம் உங்களுக்கானது. சுருக்கமாகத், தெளிவாக, இறுக்கமாக வாதிடப்பட்டதும், ஆர்வத்தைத் தூண்டக்கூடியதுமான, ஜீசஸ் அண்ட் தி அன்டூயிங் ஆஃப் ஆடம் என்னும் இப்புத்தகத்தில், இயேசுவின் மரணம் பற்றிய விவிலிய மற்றும் ஊக்கமளிக்கும் பார்வையை வழங்குகிறது. இது பிதா, குமாரன் மற்றும் ஆவியின் முழு ஐக்கியத்தில் இருந்து நம்முடைய காரிருளில் நம்மை வந்தடைகிறது. சங் 22:1, "என் தேவனே, என் தேவனே, ஏன் என்னைக் கைவிட்டீர்" மற்றும் புனித வெள்ளியின் பிரசங்கம் ஆகியவை அடங்கும்.

"இறையியல் என்பது கடவுளின் அதிசயத்தையும் ஆழத்தையும் நம்முடன் ஆராய்வதற்காக உருவாக்கப்பட்ட ஒரு வாகனம். துரதிர்ஷ்டவசமாக, வாகனங்களை ஓட்டும் பலர், தங்களுக்கு மிகவும் பரிச்சயமான எகானமி செடான்களில், அதே பாதுகாப்பான சாலைகளில் செல்ல வாய்ப்புள்ளது. அதிர்ஷ்டவசமாக, அவ்வப்போது ஒரு சாகசக்காரர் வருகிறார், அவர் கீழ்ப்படிதலுடன் பிரதான பாதையை விட்டு வெளியேறுவதைத் தேர்ந்தெடுப்பதன் மூலம், மகிமையான திரியேக தேவனின் ஆழமான, பரந்த மர்மங்களுக்குள் நம்மை அழைத்துச் செல்கிறார். பாக்ஸ்டர் க்ரூகர் அப்படிப்பட்ட ஒரு சாகசக்காரர், மேலும் ஜீசஸ் அண்ட் தி அன்டூயிங் ஆஃப் ஆடம் என்னும் இப்புத்தகம் அவருடைய சமீபத்திய ஆல்-டெரெய்ன் போக்குவரத்து; இந்த பயணத்தின் மூலம் நான் மிகவும் பயனடைந்துள்ளேன்."

க்ளென் சோடர்ஹோம்
போதகர், பாடகர்/பாடலாசிரியர், டொராண்டோ, கனடா

காட் இஸ் ஃவார் அஸ்

பாக்ஸ்டரின் குறுகிய ஆனால் சர்வதேச அளவில் புகழ்பெற்ற தி டான்சிங் காட் என்னும் உவமையின் தொடர்ச்சியாக, காட் இஸ் ஃவார் அஸ் என்னும் இப்புத்தகத்தில், நற்செய்தியின் இதயத்திற்கு நம்மை அழைத்துச் செல்கிறார். இந்த புத்தகம் ஐந்து சிறந்த விரிவுரைகளால் ஆனது, தெளிவானது மற்றும் அணுகக்கூடியது; அதேசமயம், வழக்கம் போல சவாலானது. டாக்டர். க்ரூகர் மேற்குலகின் மகன்; இது உண்மையாக இருக்க முடியாது என்று பலர் அறிந்திருப்பதைத் தைரியமாக எதிர்க்கக்கூடியவர். 'தி இட்டர்னல் காஸ்பெல் ஆஃப் தி பாதர்,' என்னும் ஆரம்ப அத்தியாயம், பாக்ஸ்டரின் தனிப்பட்ட விருப்பமாக உள்ளது.

"தேவனுக்காக ஏதாவது செய்ய வேண்டும் என்று நம்மைத் தூண்டும் இறையியலின் சாட்டையடியில் களைப்படைந்தவர்களுக்குத் தேவன் 'நமக்காக' இருக்க வேண்டும் என்பது குறிப்பிடத்தக்கதும் மற்றும் மறுரூபமாக்குவதுமாய் இருக்கும்! பாரமான சுமைகளை சுமக்கும் போதகர்கள் வேறொரு பிரசங்கத்தைப் பிரசங்கிப்பதற்கு முன்பாகவும், ஈடுபாடற்ற கிறிஸ்தவர்கள் தேவாலயத்திற்குச் செல்வதற்கு முன் இப்புத்தகத்தை வாசித்து அதின் நறுமணத்தை சுவாசிக்க வேண்டுமென்று விரும்புகிறேன்.

ரே எஸ். ஆண்டர்சன், Ph.D.
இறையியல் மற்றும் அமைச்சகத்தின் முன்னாள் பேராசிரியர்,
புல்லர் தியாலஜிக்கல் செமினரி

தி பாரபில் ஆஃப் தி டான்சிங் காட்

ஒரு தந்தை மற்றும் அவரது இரண்டு மகன்களைப் பற்றிய இயேசுவின் கதையை அடிப்படையாகக் கொண்டு, டாக்டர் க்ரூகரின் முதல் மற்றும் இப்போது சர்வதேச அளவில் அதிகம் விற்பனையாகும் இப்புத்தகம், தேவனைப் பற்றிய அதிர்ச்சியூட்டும் உண்மைகளைக் கொண்ட வல்லமை நிறைந்த புத்தகம். சட்டதிட்டங்களை அடிப்படையாகக் கொண்டு, நாம் அவருடைய விதிகளை கடைப்பிடிக்கிறோமா என்று பருந்து போல நம்மைப் பார்க்கும் தேவனையல்ல; இயேசு வெளிப்படுத்தின பிதா, அவர் நம்மை என்றென்றும் நேசிக்கும் ஒரு உணர்ச்சிமிக்கத் தகப்பன்; அவர் நம்மை அரவணைத்து ஏற்றுக்கொண்டிருக்கிறார் என்பதையும், நம்மைக் குறித்து அவர் மகிழ்ச்சியாய் இருக்கிறார் என்பதையும் அறிந்து அவர்களுடைய சுதந்திரத்தில் வாழ வேண்டும் என்பதைத் தவிர நம்மிடமிருந்து வேறு எதையும் விரும்புவதில்லை. உலகெங்கிலும் நேசிக்கப்பட்டு, எல்லா இடங்களிலும் போதகர்கள், சிகிச்சையாளர்கள் மற்றும் மீட்புக் குழுக்களால் பயன்படுத்தப்படுகிற இந்த சிறிய புத்தகம், தேவனுடைய தகப்பனின் இதயத்துடன் உங்களை நேருக்கு நேர் கொண்டு வருகிறது. இது எளிமையானது, நேரடியானது மற்றும் அச்சமில்லாத அழகாயிருக்கிறது.

"நான் 55 ஆண்டுகள், 11 மாதங்கள் மற்றும் 16 நாட்கள் அதைச் சரி செய்ய முயற்சித்தேன். அதாவது, மிகவும் கடினமாக முயற்சித்தேன். அன்று இரவு 11 மணிக்குப் பிறகு, என் மருமகன் எனக்கு அனுப்பிய "தி பாரபில் ஆஃப் தி டான்சிங் காட்" என்ற இந்த சிறிய புத்தகத்தைப் படிக்க வேண்டும் என்று நான் முடிவு செய்தேன். நான் மூன்றாவது பக்கத்திற்கு வந்தபோது, எனக்கு இரும்புச் சட்டியால் முகத்தில் அடித்தது போல் உணர்ந்தேன். நான் திகைத்து தலையணையின் மேல் படுத்துக்கொண்டு, "ஆண்டவரே, என் வாழ்நாள் முழுவதும் நான் தவறாக நினைத்துக்கொண்டிருக்கிறேனா?" என்றேன். மிகவும் எளிமையான, தெளிவான பதில் எனக்கு கிடைத்தது, "ஆம்" என்று. இது வெறும் பனிப்பாறையின் மேற்பகுதி மட்டுமே."

ஜூலியன் ஃபகன்,

வழக்கறிஞர், அமோரி, மிசிசிப்பி

தி சீக்ரெட்
வாட் யு நோ பட் நெவர் நியூ

இந்தப் புத்தகம் மதக் குழப்பத்தின் மூடுபனியைக் குறைக்கும் ஒரு உண்மையான லேசர் கற்றை. சில பக்கங்களைத் திருப்பினால், இயேசு கிறிஸ்துவை நீங்கள் தூரத்தில் இருந்து பார்க்கும் பார்வையாளராக அல்ல, உங்கள் வாழ்க்கையின் ரகசியமாகவே காண்பீர்கள். உங்களைப் பற்றியும் உங்கள் வாழ்க்கையைப் பற்றியும் நீங்கள் இதுவரை பார்த்திராத வண்ணம் பார்ப்பீர்கள். எளிமையானது. தெளிவானது. வியக்க வைக்கக்கூடியது. இந்த புத்தகம் மேற்கத்திய உலகில் உள்ள ஒவ்வொரு நபரும் கண்டிப்பாகப் படிக்க வேண்டும்.

ஹோம்: தி இன்கன்ஸோலபேல் ட்ரீம்

வீடு என்பது நம் மொழியில் மிகவும் தூண்டக்கூடிய மற்றும் பயமுறுத்தக்கூடிய வார்த்தைகளில் ஒன்றாகும். வேறு எந்த வார்த்தையையும் போலவே, இது மெய்யெழுத்துகள் மற்றும் உயிரெழுத்துக்களால் வரிசைப்படுத்தப்பட்டிருக்கிறது; இருப்பினும் இது நம்மிடம் நிறைய பேசும் வினோதமான திறனையும், நம் ஆன்மாவைத் தொடும் கிட்டத்தட்ட மந்திர திறனையும் கொண்டுள்ளது. இது ஏன்? இந்த வார்த்தையில் என்ன இருக்கிறது? ஏன் நம்மை இவ்வளவு ஆழமாகத் தொடும் சிறப்புத் திறன் கொண்டதாகத் தோன்றுகிறது?

மேலும் தகவலுக்கு

www.perichoresis.org என்னும் இணையத்தளத்தை பார்க்கவும்

பாட்காஸ்ட்கள், வீடியோக்கள், வரைபடங்கள், கட்டுரைகள் மற்றும் விரிவுரைகளுக்கான இலவச அனுமதி உட்பட ஏராளமான ஆதாரங்களை நீங்கள் இங்கு காணலாம். நீங்கள் அங்கு புத்தகங்கள் மற்றும் பொருட்களை வாங்க முடியும் மற்றும் நிகழ்வுகளைக் குறித்தத் தகவல்களை அறிந்துகொள்ள முடியும்

எங்கள் செய்திமடல் மற்றும் **YouTube** சேனலுக்கு பதிவு செய்யவும். அதனுடைய பெயர், *அஷ்டானிஷ்டு ஹார்ட் வித் டாக்டர் சி. பாக்ஸ்டர் க்ரூகர் அண்ட் பிரெண்ட்ஸ்* என்பதாகும்.

நீங்கள் ஆன்லைன் சமூகத்தில் சிறிது நேரம் செலவழிக்க விரும்பினால் மற்றும் டாக்டர் க்ரூகருடன் மாதாந்திர நேரலை விவாதங்களில் கலந்துகொள்ள விரும்பினால், அதற்காக இங்கே பெட்ரியான் **(Patreon)**-இல் பதிவு செய்யலாம். இந்த சேனல் *அகிராஸ் ஆல் வேர்ல்ட்ஸ்* என்று அழைக்கப்படுகிறது.

Patreon – Across All Worlds

மேலே உள்ள அனைத்து ஆதாரங்களையும் நீங்கள் அணுகக்கூடிய இணையதளத்திற்குச் செல்ல இந்தக் குறியீட்டை ஸ்கேன் செய்யவும்.

www.perichoresis.org

மேலும் எங்களை சமூக ஊடகங்கள் வாயிலாக பின்தொடர, கீழே குறிப்பிட்டுள்ள இணையதளங்களைப் பார்க்கவும்:

https://www.facebook.com/PerichoresisConnection

https://twitter.com/perichoresismin

https://www.instagram.com/perichoresisconnection/

https://www.youtube.com/channel/UCGVk0Qg4R_vDleIygjLrqPQ

www.ingramcontent.com/pod-product-compliance
Lightning Source LLC
Chambersburg PA
CBHW021651120626
46545CB00002B/801
* 9 7 8 1 9 6 0 7 6 1 5 2 1 *